AF316654

மிடில் கிளாஸ்
முதல்
மில்லியன் டாலர்
வரை

சதிஷ் குமார்

INDIA • SINGAPORE • MALAYSIA

Notion Press Media Pvt Ltd

No. 50, Chettiyar Agaram Main Road,
Vanagaram, Chennai, Tamil Nadu - 600 095

First Published by Notion Press 2022
Copyright © Sathish Kumar 2022
All Rights Reserved.

ISBN 979-8-88555-469-5

This book has been published with all efforts taken to make the material error-free after the consent of the author. However, the author and the publisher do not assume and hereby disclaim any liability to any party for any loss, damage, or disruption caused by errors or omissions, whether such errors or omissions result from negligence, accident, or any other cause.

While every effort has been made to avoid any mistake or omission, this publication is being sold on the condition and understanding that neither the author nor the publishers or printers would be liable in any manner to any person by reason of any mistake or omission in this publication or for any action taken or omitted to be taken or advice rendered or accepted on the basis of this work. For any defect in printing or binding the publishers will be liable only to replace the defective copy by another copy of this work then available.

பொருளடக்கம்

என்னுரை 5

Foreword 9

1. பணத்தைத் துரத்திக்கொண்டு பாதி வாழ்க்கை . . 11

2. அனைவரும் விரும்பும் கோடீஸ்வரர் பதவி 15

3. கோடீஸ்வரர் கனவு நனவாக ஓர் எளிய தீர்வு 23

4. கோடீஸ்வரர்களின் 5 முக்கிய பணப்
   பழக்கங்கள்..! 27

5. நிதி அறிவு மூலம் பணத்தைப் பல
   மடங்காக்கும் 10 தங்க விதிமுறைகள்..! 33

6. நேரடி பங்கு முதலீடு (Equity Stocks/Share Market),
   பங்கு சார்ந்த ஃபண்ட் முதலீடு (Mutual Funds):
   உங்களுக்கு ஏற்றது எது? 41

7. நீண்ட கால முதலீடு: கவனிக்க வேண்டிய
   6 முக்கிய அம்சங்கள்..! 49

8. முதலீடு மூலம் செல்வம் சேர்க்க உதவும்
   முக்கிய உத்தி இதுதான்..! 57

9. செக்டோரல் ஃபண்ட் முதலீடு: கவனிக்க
   வேண்டிய 5 முக்கிய விஷயங்கள்! 61

10. முன்கூட்டியே இளம் வயதில் பணி 67

11. மியூச்சுவல் ஃபண்ட் முதலீடு: கவனிக்க
வேண்டிய ஐந்து முக்கிய அம்சங்கள்..!............ 73

12. சொத்து, செல்வம் பிரிப்பு: சண்டை, சச்சரவு,
பகை இல்லாமல் குடும்ப உறவு தொடர
4 வழிகள்..!.. 81

13. கடன் வாங்கும் போது கவனிக்க வேண்டிய
7 முக்கிய தங்க விதிமுறைகள்..! 85

14. நிதி இலக்குகளை அடைய மூன்று எளிய
வழிகள்..!... 91

15. முதலீட்டாளர்கள் செய்யும் பொதுவான 5 மிகப்
பெரிய முதலீட்டுத் தவறுகள்..!................. 97

16. மியூச்சுவல் ஃபண்ட் முதலீட்டில் ரிஸ்கை
குறைத்து அதிக லாபம் பெறும் வழிகள்..!........103

17. மியூச்சுவல் ஃபண்ட் முதலீடு கவனிக்க
வேண்டிய 3 முக்கிய அம்சங்கள் 109

நிறைவுரை 115

ஆசிரியரை பற்றி 119

என்னுரை

பணமும் நீங்களும்..!

இந்தப் புத்தகத்தை வாங்குவதற்கான முடிவை நீங்கள் எடுத்ததற்கு நான் நன்றி தெரிவித்துக் கொள்கிறேன். கூடவே மகிழ்ச்சியும் அடைகிறேன். பணக்காரர் ஆவதில் ஆர்வம் காட்டாத மனிதர்கள் இந்த உலகில் யாரும் இல்லை. நம் வாழ்க்கையில் அதிக நேரத்தைப் பணம் சம்பாதிப்பதற்காகவே செலவிடுகிறோம். நாம் நல்ல சேமிப்பாளர்கள். ஆனால், நல்ல முதலீட்டாளர்கள் அல்ல என்று அடிக்கடி கூறுவதுண்டு. எனது 20 ஆண்டு நிதி ஆலோசனை அனுபவத்தில், பணத்தைப் பெருக்கப் பலர் சிரமப்படுவதை நான் கவனித்திருக்கிறேன்.

பணத்தை எவ்வாறு நிர்வகிப்பது என்று பள்ளிக் கூடத்தில் ஆசிரியர்கள் நமக்குத் சொல்லித்தரவில்லை. அதனால்தான் இந்த திறமையை இப்போது உங்களுக்குக் கற்பிக்க விரும்புகிறேன். நீங்கள் நிதி ரீதியாகச் சிரமப்பட்டால், அது உங்கள் தவறு அல்ல. உங்களுக்கு அதிக நிதி அறிவு தேவை என்பது தான், இப்போதைய தேவையாகும். உங்கள் பணத்தை எவ்வாறு புத்திசாலித்தனமாக நிர்வகிப்பது என்பதை நீங்கள் ஒருபோதும் கற்றுக் கொள்ளவில்லை என்றால்

நீங்கள் கோடீஸ்வரர் ஆவது ஒரு காலத்திலும் நடக்காது.

நான் சிட்டிபேங்க்-ல், சிட்டி கோல்ட் ரிலேஷன்ஷிப் மேனேஜர் (Citi Gold Relationship Manager) ஆக இருந்தேன். பெரும் பணக்கார வாடிக்கையாளர்களின் செல்வத்தை நிர்வகிக்கவும் பெருக்கவும் அவர்களுக்கு நான் உதவினேன். எனது பணியில், அனைத்து வாடிக்கையாளர்களிடமும் ஒரு பொதுவான அணுகுமுறை, ஒழுங்கு மற்றும் பண்பு ஆகியவை இருப்பதைக் கவனித்தேன். மேலும், செல்வத்தை உருவாக்குதல் (Wealth Creation) என்பது உடல் மற்றும் மனநிலை சார்ந்ததாகும்.

இந்தப் புத்தகத்தில், நான் பண மனப்பான்மை மற்றும் அடுத்த தலைமுறைக்கு விட்டுச் செல்லக்கூடிய நிலையான செல்வத்தை உருவாக்க முதலீட்டாளர்களுக்கு உதவும் உத்திகள் பற்றி விளக்கமாக எழுதி உள்ளேன்.

நவீன பொருளாதாரம் மற்றும் முதலீட்டு உலகம் பல மாற்றங்களை சந்தித்துள்ளன. நவீன உலகில் செல்வத்தை உருவாக்குவதற்கான சிறந்த வழி - உங்களுக்காக வேலை செய்யும் சொத்துகளில் முதலீடு செய்வதாகும். இது உங்கள் வாழ்க்கை பயணத்தின் அழுத்தத்தைக் குறைக்கும்; மிகவும் மகிழ்ச்சியாக மற்றும் வெற்றிகரமாக மாற்றும்.

இன்றைய நவீன உலகில் நிதிக் கல்வியறிவு (Financial Literacy) மற்றும் நிதிக் கல்வி அதிக முக்கியத்துவம் பெற்றுள்ளது. நிதி அமைப்பானது, வேகம், நுட்பம் மற்றும் சிக்கலானதாக மாறி இருக்கிறது. இளைஞர்கள், பெரிய

செலவுகளை மேற்கொள்வதையும், அதிக கடன்கள் மற்றும் கிரெடிட் கார்டு பாக்கி வைத்திருப்பதையும் நாம் காண்கிறோம்.

இந்தப் புத்தகத்தின் நோக்கம் உங்களை ஒரு நிதி நிபுணராக உருவாக்குவது அல்ல. பல புத்தகங்கள் பணக் கருத்துக்களைப் பற்றிய அனைத்தையும் உள்ளடக்கி, மக்களை நிதி நிபுணராக்க விரும்புகின்றன. பங்கு வர்த்தகம், ஹெட்ஜிங், டெரிவேடிவ்கள் போன்ற சிக்கலான டிரேடிங்களை பயன்படுத்தித்தான் செல்வம் உருவாக்க வேண்டும் என்பது அவசியமில்லை. செல்வத்தை உருவாக்குவதில் மிக முக்கியமானது, நீங்கள் ஒரு நிதி நிபுணராக மாறுவதை விட, வாழ்க்கையில் நீங்கள் எந்த நிலையிலிருந்தாலும் முதலீடு என்கிற முதல் படியைத் தொடங்குவதாகும்.

பணத்தை நிர்வகிப்பதில் ஒருபோதும் 100% சரியானவராக இருக்க முயற்சி செய்யாதீர்கள். முடிந்த வரைக்கும் சரியாகச் செயல்பட முயலுங்கள். நாளடைவில் அனுபவத்தின் அடிப்படையில் அது சரியானதாக மாறி விடும்.

எப்போதும் நினைவில் கொள்ளுங்கள், ஒரு நிதி நிபுணராக மாறுவதை விட முதலீட்டை த்தொடங்குவது மிக முக்கியம். சிறந்த முதலீட்டு முடிவுகளை நோக்கி உங்கள் முதல் படியை எடுத்து வைத்திருபற்காக நான் உங்களை வாழ்த்துகிறேன்.

இந்தப் புத்தகம் வெளிவர உறுதுணையாக இருந்த என் தந்தை மூர்த்தி, தாய் வரலட்சுமி, மனைவி சவிதா,

மகள்கள் சாதனா, சஹானா, நாணயம் விகடன் நிர்வாக ஆசிரியர் சி.சரவணன், நண்பர்கள் மற்றும் என்னிடம் நிதிஆலோசனைபெற்றுலாபம்ஈட்டிக்கொண்டிருக்கும் முதலீட்டாளர்கள் அனைவருக்கும் நன்றி சொல்லக் கடமைப்பட்டுள்ளேன்.

Foreword

The India growth story is built on the foundation of a burgeoning middle class that has successfully crossed the bridge from fighting for survival to fighting for their aspirations. While more jobs and increasing salaries have definitely contributed to their growth, one of the biggest factors has been good financial planning.

The path to true empowerment lies in astute financial planning, and individuals like Sathish Kumar are playing an instrumental role in educating and helping the middle class achieve their aspirations. His book, 'Middle Class to Million Dollar', is a fine guide on how middle class India can navigate the financial products ecosystem and achieve their many goals and aspirations.

We are inarguably a nation of savers. However, for India to grow and especially for the middle-class to realise its aspirations, it is important to save and invest judiciously. To ensure that the money grows in a manner that people are able to achieve their financial goals and have a secure and independent retirement period. Sathish's book is a culmination of the wisdom and experience that he has gathered over the last two decades and will be very helpful for any individual who is looking to better understand financial products and create an optimal financial plan.

I wish him all the very best for the launch of this book and success in his endeavors of ensuring that middle class India is empowered with the right financial advice and education.

Radhika Guptha
MD & CEO
Edelweiss Mutual Fund

பணத்தைத் துரத்திக்கொண்டு பாதி வாழ்க்கை

ஒரு சராசரி மனிதன் பணம் சம்பாதிக்கவும் பணத்தைத் துரத்திக்கொண்டும் தனது வாழ்நாளில் 50% சதவிகிதத்தை செலவிடுகிறான். ஒருவர் அவரின் 25 வயதில் வேலைக்குச் சேர்கிறார் அல்லது சுய தொழில் ஆரம்பிக்கிறார் என்றால் அவரின் 58 வயது அல்லது 60 வயது வரை தொடர்ந்து பணத்தைத் துரத்திச் செல்கிறார்.

பணத்துக்காக அவரின்/அவளின் விருப்பங்கள், ஆசைகள், பொழுதுபோக்குகள் ஆகியவற்றை விட்டுக் கொடுக்கிறார். கூடுதல் போனஸ், சம்பள உயர்வு, பதவி உயர்வு பெற்று அதிகப் பணம் சம்பாதிக்க தொடர்ந்து போராடுகிறார்.

அந்தவகையில் பணம் என்பது மனித வாழ்க்கையில் மிக முக்கியமான ஒர் அம்சமாக இருக்கிறது. அதனை யாரும் புறக்கணிக்க முடியாது. நமக்குத் தெரியும் பணம் சம்பாதிப்பது என்பது வாழ்க்கையில் மிக முக்கியமான ஒன்று என்று.

இந்த நிலையில் உங்கள் அனைவருக்கும் என் ஒரு கேள்வி?

உங்களுக்குப் பணம் பற்றிய எவ்வளவு அறிவு, எவ்வளவு திறமை இருக்கிறது?. அதனை எப்படி நிர்வகிப்பது, வாழ்நாள் முழுவதும் சம்பாதிக்கும் பணத்தை எப்படி திறமையாகப் பன்மடங்கு பெருக்குவது என்பதெல்லாம் தெரியுமா?

நம்மில் பலர் லாட்டரி சீட்டு அடித்து பெருந்தொகை அல்லது ஏதாவது போட்டியில் பெரும் பரிசு தொகை கிடைத்தால் நம் வாழ்க்கையே தலைகீழாக மாறிவிடும் என்று நினைக்கிறோம். ஆனால், உண்மை அதுவல்ல. லாட்டரியில் பரிசு பெற்ற பலரைப் பேட்டி காணும் போது இந்தத் தொகையைக் கொண்டு நீங்கள் என்ன செய்யப் போகிறீர்கள் என்றால் அவர்கள் சொல்லும் பதில் ஆச்சரியமாக இருக்கும்.

ஆனால் அவர்கள் தொடர்ந்து வாழ்க்கையில் வெற்றி நடை போட்டு இருக்கிறார்களா என்றால் பெரிய கேள்விக்குறிதான்.

உதாரணத்திற்கு நீங்களும் கோடீஸ்வரர் ஆகலாம் (கோன் பனேகா குரோர்பதி) நிகழ்ச்சி மூலம் ரூ. 5 கோடி பரிசு பெற்ற ஒருவர், அதற்கு முன் பால் பாக்கெட்டுகள் போட்டுக்கொண்டிருந்தார். மூன்றாண்டுகள் கழித்து அவர் தன்னிடம் உள்ள தன்னிடமிருந்த ஐந்து கோடி ரூபாயையும் இழந்துவிட்டு மீண்டும் பால் பாக்கெட்தான் போட்டு வாழ்க்கையை ஓட்டினார். லாட்டரி மூலம் பெருந்தொகை பெற்றவர்களில் சுமார் 70 சதவீதம் பேர் ஐந்து ஆண்டுகளில் அவர்களின் பணத்தை முழுமையாக காலி செய்துவிட்டு மீண்டும் பழைய நிலைக்கே மாறி இருக்கிறார்கள். இதற்கு முக்கிய காரணம் அவர்கள் பணத்தை நிதித் திட்டமிடல்

(Financial Plan) படி சரியாக செலவு செய்யாது மற்றும் முதலீடு செய்வதாகும்.

இந்த நிலை லாட்டரி சீட்டில் பரிசு பெற்றவர்களுக்கு மட்டுமல்ல. பிரபலங்கள், விளையாட்டு வீரர்கள், முன்னணி நடிகர்கள்/நடிகைகள் ஆகியோருக்கும் பொருந்தும். அவர்கள் தங்களின் இளமைக் காலத்தில் அல்லது அவர்கள் புகழின் உச்சத்திலிருந்த காலத்தில் மிகப் பெரும் தொகையைச் சம்பாதித்து இருக்கிறார்கள்.

ஆனால் அந்தப் பணத்தை அதன் பிறகான ஐந்து, பத்து ஆண்டுகளில் முழுமையாக இழந்துவிட்டு செலவுக்குச் சிக்கலைச் சந்திக்கும் சூழ்நிலையில் அடைந்திருக்கிறார்கள்.

இதற்கெல்லாம் நாம் ஏற்கனவே சொன்னது போல் நிதித் திட்டமிடல் சரியாக இல்லதுதான்.

கார் பழுது பழுதடைந்தால் மெக்கானிக் கடைக்கு எடுத்துச் செல்கிறோம். உடல்நிலை சரியில்லை என்றால் மருத்துவரைப் பார்க்க செல்கிறோம். வீடு கட்ட வேண்டும் என்றால் கட்டுமானப் பொறியாளரின் உதவியை நாடுகிறோம். ஆனால் பணத்தை முதலீடு செய்ய வேண்டுமென்றால் மட்டும் நண்பர்கள், உறவினர்கள், உடன் படித்தவர்கள், உடன் வேலை பார்ப்பவர்கள் அக்கம்பக்கத்தில் உள்ளவர்கள் ஆகியோரின் உதவியை நாடுகிறோம்.

பணத்தை நிர்வகிக்க மற்றும் பன்மடங்கு பெருக்குவதற்குச் சிறப்பு தகுதிகள் தேவை. அதிகம் சம்பாதிக்கும் பலர் கடன் சிக்கல் மற்றும் இதர

பிரச்சினைகளில் சிக்கித் தவிர்ப்பதற்கான முக்கிய காரணம் அவர்கள் சரியான நிதி ஆலோசகர்களை அணுகி தங்கள் முதலீட்டுக்கு ஆலோசனை பெறாததுதான்.

அதிகரித்து வரும் முதலீட்டாளர் தேவைகள் மற்றும் சிக்கலான முதலீடுகள் மற்றும் காப்பீடு திட்டங்கள் இருக்கும் போது, நிதி நிபுணர்களின் முழுமையான ஆலோசனை வலுவாக தேவைப்படுகிறது.

இந்தியர்கள் நல்ல சேமிப்பாளர்களாக இருக்கிறார்கள் என்று பெரும்பாலும் கூறப்படுகிறது. ஆனால், மோசமான முதலீட்டாளர்களாக உள்ளோம். சரியான சொத்து ஒதுக்கீடு (Asset Allocation) மற்றும் முதலீட்டு விருப்பங்களைத் தேர்ந்தெடுப்பதில் நீண்ட காலமாகப் போதிய நிதி அறிவு இல்லாமல் இருக்கிறோம்.

$ $ $ $ $

– 2 –
அனைவரும் விரும்பும் கோடீஸ்வரர் பதவி

சமூகத்தில் அனைவருக்குமான ஒரு பொதுவான (Aspiration, Dream & Goal) விஷயம் இருக்கிறது. அது கோடீஸ்வரர் (Crorepati) ஆக வேண்டும் என்பதாகும்.

உதாரணத்துக்கு ஒருவர் ரூ.1 கோடி தொகுப்பு நிதி (Corpus) உடன் அவரின் 60 வயதில் ஓய்வு பெறுகிறார் என்று வைத்துக்கொள்வோம்.

அப்போது மாத செலவு, சுமார் 25,000 ரூபாயாக வைத்துக்கொள்வோம். ஆண்டுக்குச் சராசரியாகப் பணவீக்க விகிதம் 6 சதவிகிதம் என்றால் அவரின் 72- வது வயதில் மாத செலவு சுமார் 50,000 ரூபாயாக அதிகரித்திருக்கும்.

நீங்கள் நீண்ட காலம் வாழும் அதே நிலையில் பணவீக்க விகிதம் அதிகரித்தால் இந் ரூ.1 கோடி ரூபாய் என்பது உங்களின் ஓய்வுக்கால தேவைக்கு போதுமானதாக இருக்காது. உங்களின் ஆயுள் காலத்துக்கு முன்பே அந்தத் தொகை முழுவதும் செலவாகிவிடும்.

புள்ளிவிவர கணக்கு பார்த்தால், இந்தியர்களின் ஆயுள் ஆண்டுக்கு ஆண்டு அதிகரித்து வருகிறது. 1994-ம் ஆண்டில் சுமார் 45 வயதாக இருந்த ஆயுள் 2019-ம் ஆண்டில் 69 வயதாக அதிகரித்தது. கிராமங்களை விட நகரங்களில் பலரும் நீண்ட நாட்கள் உயிர் வாழ்கிறார்கள்.

இப்படி ஆயுளும் கூடவே பணவீக்க விகிதமும் அதிகரிக்கும்பட்சத்தில் 58-60 வயதில் பணி ஓய்வு பெறும் ஒருவர் ஒரு கோடி ரூபாய் கையிலிருந்தாலும் அதனை அவரின் 80 வயது வரைக்கும் பயன்படுத்த முடியுமா என்பது பெரிய கேள்விக்குறி தான். எனவே ஒரு கோடி ரூபாய் தொகுப்பு நிதி என்பது காலாவதியாகிவிட்டது.

இப்போது ஓய்வுக்காலத்துக்கு ரூ.10 கோடி சேர்ப்பது எப்படி என்கிற பேச்சுத்தான் பெரும்பாலான முதலீட்டாளர்கள் இடையே நடந்து வருகிறது. ரூ.10 கோடி சேர்ப்பது ஒன்றும் பெரிய விஷயம் இல்லை. கூட்டு வட்டி அதாவது பவர் காம்பவுண்டிங் உதவியுடன் இந்தத் தொகையைச் சுலபமாகச் சேர்த்துவிடலாம். இந்தக் கூட்டுவட்டி என்பது சிறிய முதலீட்டுத்தொகையை தொடர்ந்து நீண்ட காலத்துக்குச் செய்துவரும்பட்சத்தில் பெரிய தொகுப்பு நிதிச் சுலபமாகி விடுகிறது. அதாவது வட்டிக்கு வட்டி (வருமானத்துக்கு வருமானம்) என்பது போல் கூட்டு வட்டி செயல்படுகிறது.

ரூ. 10 கோடி சேர்க்கும் செயல் திட்டம்:

விதிமுறை 15*15*30 ஆற்றல் மிகுந்த கான்செப்ட் ஆகும். இதன் மூலம் ரூ 10 கோடி தொகுப்பு நிதியைத் திரட்ட

முடியும். அதாவது, ஒருவர் மாதம் 15,000 ரூபாய் வீதம் 30 ஆண்டுகளுக்குத் தொடர்ந்து இடைவிடாது முதலீடு செய்து வந்து அதற்கு ஆண்டுக்குச் சராசரியாக 15% வருமானம் கிடைத்தால் அவருடைய தொகுப்பு நிதி ரூ. 10 கோடியாக இருக்கும்.

இன்றைக்கு வேலைக்குச் சேரும் பலரின் ஆரம்ப சம்பளமே ரூ. 30,000, ரூ. 40,000, ரூ. 50,000 என்பதாக இருக்கிறது. வேலைக்குச் சேர்ந்து ஓரிரு ஆண்டுகளில் ஆண்டுகளுக்கு மாதம் ரூ. 15,000 முதலீடு செய்வது கடினமான காரியமாக இருக்கலாம். அதன் பிறகு சம்பளம் லட்சங்களில் மாறிய பிறகு இந்த 15 ஆயிரம் ரூபாய் என்பது பெரிய தொகையாக இருக்காது.

மேலும் பங்குச் சந்தை மற்றும் ஈக்விட்டி மியூச்சுவல் ஃபண்டுகள் நீண்ட காலத்தில் 15 சதவீதத்திற்கும் அதிகமான வருமானத்தைக் கொடுத்திருக்கின்றன; கொடுத்து வருகின்றன. பங்குச் சந்தை மற்றும் ஈக்விட்டி ஃபண்ட்களில் நீண்ட காலத்தில் ரிஸ்க் பரவலாக்கப்பட்டு வருமானம் அதிகரிக்கிறது

நீங்கள் அப்படி ரிஸ்க் எடுக்க விரும்பவில்லை என்றால் பங்குச் சந்தை கடன் சார்ந்த ஃபண்ட்கள், ஃபிக்ஸட் டெபாசிட், தங்கம் போன்றவற்றில் அசெட் அலகேஷன் முறைப்படி பிரித்து முதலீடு செய்தாலும் இந்த ரூ. 10 கோடியை எட்டிவிட முடியும்.

இப்படி அசெட் அலோகேஷன்படி முதலீடு செய்யும்போது முதலீட்டின் மீதான வருமானம் சற்று குறைவாக இருக்கும் என்பதால் ரூ 15,000 என்கிற நிலையில் இடைப்பட்ட ஆண்டுகளில் அதனை

ரூ. 20,000 அல்லது ரூ. 25,000 என்பது போல் அதிகரித்துக் கொண்டால் இலக்கை அடைவது பெரிய விஷயமாக இருக்காது.

மாதம் மாதம் 15,000 வீதம் முதலீடு செய்யும் போது 30 ஆண்டுகளில் மொத்த முதலீட்டுத் தொகை ரூ. 54 லட்சமாக இருக்கும். உங்களுடைய தொகுப்பு நிதி ரூ 10 கோடியாக அதிகரித்திருக்கும். இந்த விதிமுறையை ஜன்ஸ்டீன் உலகின் எட்டாவது அதிசயம் என்கிறார். இதனை நம்புவது மனித மனதால் சற்று கடினமான விஷயமாக இருக்கும். ஆனால், நடைமுறையில் சாத்தியமே.

நான் முதலீட்டாளர்கள் விழிப்புணர்வுக் கூட்டத்தில் பேசும் போது இந்த ஒரு ட்ரிக் -ஆன கேள்வியே கேட்பது வழக்கம்.

"எந்த ஒன்றை நீங்கள் தேர்வு செய்வீர்கள்?

ஒரு ரூபாய் தினமும் இரு மடங்காக அதிகரித்து வரும் தொகை..!

அல்லது **ரூ. 1 கோடி**

பெரும்பாலான முதலீட்டாளர்கள் ஒரு கோடி என்பதைத் தேர்வு செய்து விடுவார்கள். அவர்கள் நேரடியாக அதிக தொகையைக் கணக்கில் எடுத்துக் கொண்டிருக்கிறார்கள். ஒரு சிலர் மட்டும் தினசரி இரு மடங்காகும் ஒரு ரூபாயை எடுத்துக் கொள்வார்கள்.

தினசரி இருமடங்காகும் ஒரு ரூபாய் என்பது கிட்டத்தட்ட ஒரு மாதத்தில் 100 கோடி ரூபாயாக உயர்ந்து இருக்கும். அது எப்படி என்பதை அட்டவணையில் பார்த்து தெரிந்துகொள்ளலாம்.

இதன் மூலம் ஒரு சிறிய தொகை எப்படி பெரிதாக வளர்கிறது மற்றும் சிறு வயதிலேயே அதாவது இளமையிலேயே முதலீட்டை ஆரம்பித்துவிட்டால் அது எப்படி பெரிய தொகையாகப் பெருகி இருக்கிறது என்கிற விஷயத்தைத் குறிக்கிறது. அது கூட்டு வட்டியின் மகிமை ஆகும்.

வேலைக்கு சேர்ந்த ஆரம்ப சில ஆண்டுகளில் சம்பளம் என்பது குறைவாக இருக்கும். அதனால், முதலீட்டுத் தொகையும் குறைவாக இருக்கும் ஆனால் அது நீண்ட காலத்தில், தொடர்ந்து முதலீடு செய்து வரும்பட்சத்தில் முதலீடு வளர்ந்து ஒரு மேஜிக் ஆக மாறி இருக்கும்.

பலருக்கும் வேலைக்குச் சேர்ந்த புதிதில் அல்லது தொழில் தொடங்கிய புதிதில் முதலீட்டுக்கான தொகை என்பது பெரிய அளவில் இருக்காது. சிறிதாகத்தான் இருக்கும் அது பற்றி ஒன்றும் கவலை தேவையில்லை. சிறிய தொகை என்றாலும் தயங்காமல் முதல் அடியை எடுத்து வையுங்கள். அது ரூ. 200 ஆக இருக்கலாம். ரூ. 500 ஆக இருக்கலாம். ரூ. 1,000 ஆக இருக்கலாம்; ரூ. 10,000 ஆக இருக்கலாம்

எதுவாகக் கூட இருந்துவிட்டுப் போகட்டும். ஆனால் அந்தத் தொகையை உங்களுடைய சம்பளம்/ சம்பாத்தியம் உயர உயர அதிகரித்துக்கொண்டு வாருங்கள். முதலீட்டுக் காலத்தை நீண்டதாக வைத்துக்கொள்ளுங்கள். 25 ஆண்டுகள், 30 ஆண்டுகள் என்பது போல் அதே நேரத்தில் முதலீட்டை இடையில் நிறுத்தாமல் தொடர்ந்து செய்து வருவதன் மூலம் இந்த

ரூ. 10 கோடி தொகையை மிக எளிதாக அடைந்துவிட முடியும்

நம்மில் பெரும்பாலோர் நமது சேமிப்பை சீக்கிரமாக ஆரம்பித்து விடுறோம், ஆனால், 99 சதவிகிதப் பேர் இலக்கை அடையும் முன்னரே பணத்தை செலவழித்து விடுகிறார்கள். அவர்களால் தொகுப்பு நிதியை உருவாக்க முடியவிலை..

பெரும்பாலோர் நிதி இலக்கை அடையும் முன்னரே பணத்தை வெளியே எடுத்து விடுகிறார்கள்; மற்றும் இடையில் சேமிப்பை, முதலீட்டை நிறுத்தி விடுகிறார்கள். இந்தத் தவறை நீங்கள் ஒருபோதும் செய்யாதீர்கள். இங்கே செல்வத்தை உருவாக்கும் முக்கிய காரணிகளாக ஒழுக்கம், பொறுமை மற்றும் மனோபாவம் (Discipline, Patience and Temperament) ஆகியவை உள்ளன.

ரூ. 1 கோடி அல்லது ரூ. 1 தினசரி இரு மடங்காக உயர்ந்து வரும் தொகை

	ரூபாய் மதிப்பு
நாள் 1	1
நாள் 2	2
நாள் 3	4
நாள் 4	8
நாள் 5	16
நாள் 6	32
நாள் 7	64
நாள் 8	128

நாள் 9	256
நாள் 10	512
நாள் 11	1,024
நாள் 12	2,048
நாள் 13	4,096
நாள் 14	8,192
நாள் 15	16,384
நாள் 16	32,768
நாள் 17	65,536
நாள் 18	1,31,072
நாள் 19	2,62,144
நாள் 20	5,24,288
நாள் 21	10,48,576
நாள் 22	20,97,152
நாள் 23	41,94,304
நாள் 24	83,88,608
நாள் 25	1,67,77,216
நாள் 26	3,35,54,432
நாள் 27	6,71,08,864
நாள் 28	13,42,17,728
நாள் 29	26,84,35,456
நாள் 30	53,68,70,912
நாள் 31	1,07,37,41,824

$ $ $ $ $

– 3 –
கோடீஸ்வரர் கனவு நனவாக ஓர் எளிய தீர்வு

எனது வாழ்க்கை கிட்டத்தட்ட நிதி சேவைகள் மற்றும் நிதி ஆலோசனை சார்ந்ததாக இருக்கிறது.

ஐ.சி.ஐ.சி.ஐ புருடென்ஷியல் லைஃப், சிட்டி பேங்க் உள்ளிட்ட கார்ப்பரேட் நிறுவனங்களில் 15 ஆண்டுகள் வேலை பார்த்திருக்கிறேன். கடந்த ஐந்து ஆண்டுகளாக கிரியேட்டிங் வெல்த் கம்பெனி (Creating Wealth Company) என்கிற நிறுவனத்தை நிறுவிச் செயல்பட்டுக் கொண்டிருக்கிறேன் இந்த இருபது ஆண்டுக் காலத்தில் ஆயிரக்கணக்கான தனிநபர்களைச் சந்தித்திருக்கிறேன்.

பொதுவான விஷயம் - ஓர் ஒற்றுமை..!
இந்த அனைவருக்கும் கிட்டத்தட்ட ஒரே இலக்குகள், தேவைகள், கனவுகள், ஆசைகள் இருப்பதைக் கவனித்திருக்கிறேன். இவர்கள் அனைவரிடமும் காணப்படும் ஒரு பொதுவான விஷயம் - ஓர் ஒற்றுமை. ஒரே ஓர் ஒற்றை வருமானத்தைக் கொண்டு பல்வேறு நிதி இலக்குகளை நிறைவேற்ற போராடிக் கொண்டிருப்பதுதான். ஓய்வுக்கால தொகுப்பு நிதி,

பெண் பிள்ளைகளின் கல்யாணம். மகன்களின் உயர் கல்வி, கனவு இல்லம் வாங்குதல், வாழ்க்கைத் தரத்தை உயர்த்த கார் வாங்குதல் போன்ற அனைத்து இலக்குகளையும் நிறைவேற்றப் பணத்தை நோக்கி ஓடிக்கொண்டிருக்கிறார்கள்.

நீங்கள் மகிழ்ச்சியான ஓய்வுக்காலத்தில் இருக்கலாம் அல்லது மகிழ்ச்சியான ஓய்வுக்காலத்தில் இருக்கும் சிலரைப் பார்த்திருக்கலாம். அவர்கள் உண்மையிலேயே நிதி சுதந்திரம் பெற்றவர்களாக, நிதி ஆலோசனை திட்டமிட்டவர்களாக இருப்பார்கள்.

இந்தியாவைப் பொறுத்த வரையில் சுமார் 65 சதவிகிதம் பேர் பணிக் காலத்துக்குப் பிறகும் வேலை பார்த்துக் கொண்டிருக்கிறார்கள். பணி ஓய்வுக்குப் பிறகும் வேலை பார்ப்பது என்பது ஒரு மகிழ்ச்சியான விஷயமாக இருக்காது. பெரும்பாலான பணி ஓய்வு பெற்றவர்கள், பிள்ளைகளைச் சார்ந்து அல்லது கூட்டுக் குடும்ப உறுப்பினர்களாக இருக்கிறார்கள். இவர்கள் தங்களின் பிள்ளைகள் சிறப்பான கல்வியைப் பெற அதிக தொகையைத் செலவிட்டவர்களாக இருக்கிறார்கள். இந்தியர்களின் சராசரி ஆயுள் 67 ஆண்டுகள் என்பது 77 ஆண்டுகளாக அதிகரித்திருக்கிறது. தோராயமாக 80 ஆண்டுகள் உயிர் வாழ வேண்டி இருக்கிறது. போதுமான அளவுக்குப் பணம் சேர்த்து வைக்கவில்லை என்றால் கையில் பணம் இல்லாமல் ஓய்வுக் காலத்தைச் சமாளிப்பது பெரும் கஷ்டமாக இருக்கும்.

இளமையிலேயே நிதித் திட்டமிடல்

இந்த நிலையைச் சமாளிக்க அவர்கள் என்ன செய்திருக்க வேண்டும்?. ஓய்வுக்காலத்திற்கான திட்டமிடலை இளமையிலேயே ஆரம்பித்திருக்க வேண்டும். அப்போதுதான் கோடீஸ்வரராக ஓய்வு பெற முடியும். இன்றைக்கு ஒரு கோடி என்பதெல்லாம் மிகச் சாதாரண விஷயம். மில்லியன் டாலர் என்றால் சுமார் 7 கோடி ரூபாய் இருந்தால்தான் ஓய்வுக்காலம் ஒளிமயமாக இருக்கும்.

முதலீட்டை இளம்வயதில் ஆரம்பிக்கும்போது உங்களிடம் ஓர் ஆற்றல் மிகுந்த ஆதாரம் (powerful resource) இருக்கும். அந்த ஆதாரம் என்பது காலம் (Time). ஆகும். நீண்ட காலத்தில் முதலீடு என்பது பவர் ஆஃ கம்பவுண்டிங் (power of compounding) என்கிற மிக அதிக பெருக்க அதிசயத்தை அளிக்கும்.

கீழே உள்ள அட்டவணை கூட்டு வளர்ச்சி, குறைந்த முதலீட்டுத் தொகையை எப்படி பெரிய தொகுப்பு நிதியை உருவாக்குகிறது என்பதை விளக்குகிறது

விவரங்கள்	சுரேஷ்	ரமேஷ்
முதலீட்டை ஆரம்பிக்கும் வயது	25	35
மாத முதலீடு ரூ.	10,000	10,000
முதலீடு செய்யும் ஆண்டுகள்	15	20
மொத்த முதலீடு ரூ.	18 லட்சம்	24 லட்சம்
வருமானம் – ஆண்டுக்கு	12%	12%
55 வயதில் சேர்ந்திருக்கும் தொகுப்பு நிதி ரூ.	2,73,44,000	98,92,554
	ரூ. 2.73 கோடி	ரூ. 98 லட்சம்

தனிநபர் நிதி மேலாண்மை மற்றும் ஓய்வுக்கால திட்டமிடலில் உங்களுக்கு நீங்களே பணம் செலுத்திக் கொள்வது (Paying yourself) என்பது நிரூபிக்கப்பட்ட நல்ல கான்செப்ட் ஆக இருக்கிறது. அதாவது உங்களின் வருமானத்தில் 20 சதவிகித தொகை தொடர்ந்து முதலீடாக மாறும்போது ஓய்வுக் காலத்தில் ஒரு பெரும் தொகை சேர்ந்து இருக்கும். மாதம் மாதம் தொடர்ந்து நிலையாக முதலீடு செய்யும் பட்சத்தில் இது ஒரு சாத்தியமான விஷயமாகும்.

ஓர் எளிய முதலீட்டு ஒழுங்கு உங்களை நிதி சுதந்திரம் அடைய வைக்கவும் ஓய்வுக்காலத்தில் பணத்துக்காக யாருடைய கையையும் ஏந்தாமல் சுதந்திரமாகச் செயல்படவும் வைக்கிறது.

$ $ $ $ $

– 4 –
கோடீஸ்வரர்களின் 5 முக்கிய பணப் பழக்கங்கள்..!

பணக்காரர்கள் மேலும் மேலும் பணக்காரர்களாகி வருவதைக் கண்டு நம்மில் பலர் ஆச்சரியப்படுகிறோம். அவர்கள் தொட்டதெல்லாம் பொன்னாகிறது. அவர்கள் உண்மையில் மைதாஸ் (Midas) மன்னன் போல் தொட்டதெல்லாம் தங்கமாகும் வரம் ஏதாவது பெற்றிருக்கிறார்களா?

பணக்காரர்கள் தங்கள் பணத்தைப் பல மடங்காகப் பெருக்க அவர்களுக்கு 5 முக்கிய பணப் பழக்கங்கள் உதவுகின்றன.

1. பதற்றம், அவசர கதி, மனக் கிளர்ச்சிக்கு உள்ளாவதில்லை..!

பணக்காரர்கள் பெரும்பாலும் எதற்கும் பதற்றப்பட மாட்டார்கள்; அவசரப்பட மாட்டார்கள். குறிப்பாக, மனக்கிளர்ச்சியுடன் (Impulsive) செயல்பட மாட்டார்கள்.

கொரானா வைரஸ் பரவல் காரணமாக, 2020 மார்ச் மாதத்தில் இந்தியப் பங்குச் சந்தை உள்ளிட்ட சர்வதேசச் சந்தைகள் கிட்டத்தட்ட 40 சதவிகித

அளவுக்கு வீழ்ச்சியைச் சந்தித்தன. பெரும்பாலான முதலீட்டாளர்கள் பதற்றமாகக் காணப்பட்டார்கள். பயம் மற்றும் பதற்றத்தில் பல முதலீட்டாளர்கள் கிடைத்த விலைக்குப் பங்குகளை விற்றுத் தள்ளினர். ஆனால், பணக்கார முதலீட்டாளர்கள் மட்டும் நிதானமாகப் பங்குகளை விற்காமல் செயல்பட்டார்கள். பல பணக்கார முதலீட்டாளர்கள் இறக்கத்தை நல்ல முதலீட்டு வாய்ப்பாகக் கூட பயன்படுத்திக்கொண்டார்கள்.

இன்றைக்கு இந்தியப் பங்குச் சந்தை அதன் மார்ச் 2020 வீழ்ச்சியிலிருந்து 90 சதவிகிதம் ஏற்றம் கண்டிருக்கிறது. பதற்றத்தில் பங்குகளை விற்றவர்கள், தவறு செய்துவிட்டோமே என வருத்தத்தில் இருக்கிறார்கள். மனக்கிளர்ச்சிக்கு உட்படாமல் இறக்கத்தில் பங்குகளை வாங்கியவர்கள் இப்போது 'பிராபிட் புக்கிங்' செய்து கொண்டு சந்தோஷமாக இருக்கிறார்கள்.

2. மோசமான கடன்களைத் தவிர்த்தல்

நல்ல கடன், கெட்ட கடன் நம்மிடையே இருக்கின்றன. நல்ல கடன் என்பது உங்களின் பணத்தைப் பல மடங்கு பெருக்குவதாக இருக்கும். உதாரணத்துக்குத் தொழில் கடன் 10-12 சதவிகித வட்டிக்குக் கிடைக்கிறது. இந்தக் கடனை வாங்கி தொழில் வளர்ச்சிக்குப் பயன்படுத்துவது மூலம் 20 சதவிகிதம் வருமானம் ஈட்டுவதைக் குறிப்பிடலாம்.

வாழ்க்கை முறை கேஜெட்டுகளை (lifestyle gadgets) கடனில் வாங்குவது, மோசமான கடன் பட்டியலில்

இருக்கிறது. கிரெடிட் கார்ட் மூலம் பொருள்களை வாங்குவதும் மோசமான கடனின் கீழ்தான் வருகிறது. இப்படி வாங்குவது தேய்மான சொத்தாக இருப்பதால் பணத்தைக் கரைப்பதாக இருக்கிறது. பெரும்பாலும் பணக்காரர்கள் வாழ்க்கை முறை கேட்ஜெட்கள் மற்றும் தேய்மானப் பொருள்களைக் கடனில் வாங்குவதில்லை. பெரும்பாலான பணக்காரர்கள் கார் வாங்குவதாக இருந்தாலும் கடனுக்குச் செல்வதில்லை. சொந்தப் பணத்தில்தான் கார் வாங்குகிறார்கள்.

3. சொத்துகள் மற்றும் ரிஸ்க்களுக்கு பாதுகாப்பு

பணக்காரர்கள், அவர்களின் எதிர்கால வருமானம், சொத்துகளுக்கு இன்ஷூரன்ஸ் பாலிசிகள் மூலம் பாதுகாப்புக்கு ஏற்பாடு செய்கிறார்கள். மேலும், அவர்கள் தொழில்சார்ந்த உற்பத்தி பொருள்கள் மற்றும் இதர சொத்துகளுக்கும் பாதுகாப்பு ஏற்பாட்டைச் செய்திருக்கிறார்கள்.

பெரும்பாலும், பணக்காரர்கள் முதிர்ச்சி பலன்களைத் தரும் எண்டோமென்ட் பாலிசிகளை எடுப்பதில்லை. அவர்கள் இந்த வகை பணப் பலன் பாலிசிகள் நீண்ட காலத்தில் ஆண்டுக்குச் சராசரியாக 5%-க்கு மேல் வருமானம் தருவதில்லை என்பதை அறிந்திருக்கிறார்கள். அவர்கள் குறைந்த பிரீமியத்தில் அதிக கவரேஜ் அளிக்கும் டேர்ம் பிளான்தான் எடுக்கிறார்கள். அதுவும் கோடிக் கணக்கான ரூபாய் கவரேஜ்-க்கு பாலிசி எடுத்திருக்கிறார்கள். இதேபோல், ஹெல்த் இன்ஷூரன்ஸ் பாலிசியை

தனக்கும் தன் குடும்பத்தினருக்கும் போதிய அளவுக்கு எடுத்திருக்கிறார்கள். பணக்காரர்கள் எப்போதும் குறைவாகச் செலவு செய்து அதிகம் பெறுவதைப் பழக்கமாக கொண்டிருக்கிறார்கள்.

4. முதலீடு பரவலாக்கம்

"எல்லா முட்டைகளையும் ஒரே கூடையில் வைக்கக் கூடாது" என்பார்கள். இது இரண்டு விஷயத்தை விளக்குகிறது. ஒன்று, கூடை தவறினால் எல்லா முட்டைகளும் உடைந்துவிடும் என்கிற ரிஸ்க். அடுத்து, எப்போதும் ஒரு விஷயத்துக்காக ஒன்றை மட்டுமே நம்பி இருக்கக் கூடாது என்பதையும் இது குறிக்கிறது.

பணக்காரர்கள் முதலீடு என்று வருகிற போது ஏதாவது ஒரு சொத்து பிரிவில் மொத்த தொகையையும் போட மாட்டார்கள். அவர்களின் சொத்து பங்குச் சந்தை, தங்கம், ரியல் எஸ்டேட், வங்கி ஃபிக்ஸட் டெபாசிட், மியூச்சுவல் ஃபண்ட் எனப் பரந்து விரிந்து இருக்கும்.

செல்வம் உருவாக்குவதன் அடிப்படையாக முதலீட்டுப் பரவலாக்கத்தை (Diversification) குறிப்பிடலாம். பணக்காரர்கள் எப்போதும் தங்களின் முதலீட்டை தங்களின் கட்டுப்பாட்டுக்குள்தான் வைத்திருக்கிறார்கள். அவர்கள் எப்போதும் எளிதில் பணமாக்க முடியாத ரியல் எஸ்டேட் போன்ற சொத்துகளில் மொத்தப் பணத்தையும் போடுவதில்லை.

5. முடிவுகள் மீதான விரைந்த நடவடிக்கைகள்..!

பணக்காரர்கள் அவர்களின் முடிவுகளை எப்போதும் தள்ளி வைப்பதோ, தாமதப்படுத்துவதோ இல்லை. ஒரு திட்டத்தில் அவர்கள் உறுதியாக இருக்கும்பட்சத்தில் அதனை விரைந்து நடைமுறைப்படுத்தி வெற்றி பெறுகிறார்கள். அறிவு (Knowledge) எப்போதும் நல்ல முடிவுகளைத் தராது; செயல்படுத்தினால்தான் பலன் கிடைக்கும். தாமதப்படுத்தும் செயல்கள் பண இழப்பை ஏற்படுத்தும் என்பதைப் பணக்காரர்கள் அறிந்தவர்களாக இருக்கிறார்கள்.

பணத்தை நன்றாக நிர்வகிப்பது என்பது சிறப்பான பணப்பழக்கங்களுடன் தொடர்புடையதாக இருக்கிறது. நிச்சயமாக, மோசமான பண பழக்க வழக்கங்கள் உங்களின் மோசமான உறவுகள், மோசமான உடல் நலத்திற்குக் காரணங்களாக இருக்கின்றன. உங்கள் வாழ்க்கையில் அதிகப் பணம் சேர, உங்களின் பண பழக்கங்களை மாற்றிக் கொள்ளவும். பணம் என்பது எல்லாமே இல்லை. ஆனால் ஒருவரின் போதிய அளவுக்குப் பணம் இல்லாமல் இருப்பது, மோசமான பணப் பழக்கங்களின் விளைவாகும்.

$ $ $ $ $

5

நிதி அறிவு மூலம் பணத்தைப் பல மடங்காக்கும் 10 தங்க விதிமுறைகள்..!

உலக இயக்கம் முழுக்க முழுக்க பொருளாதாரம் மற்றும் நிதியைச் சார்ந்தே இருக்கிறது. உங்களை மிகவும் வெற்றிகரமான மற்றும் நம்பிக்கைக்குரிய செல்வந்தராக மாற்றுவதற்கு, பின்பற்ற வேண்டிய 10 முதலீட்டு விதிகள் இங்கே உள்ளன.

1. நிதி இலக்கு..!

பணத்தைப் பல மடங்காக அதிகரிக்க நமக்கு முதலில் நிதி இலக்கு இருக்க வேண்டும். அப்போதுதான் நாம் அந்த இலக்கை அடையும் வரை அந்தப் பணத்தைக் கண்டதுக்கும் செலவு செய்யாமல் இருப்போம். நிதி இலக்கை சரியாக நிறைவேற்ற எந்தத் தேவைக்கு, எவ்வளவு நாள்கள் கழித்து எவ்வளவு தொகை தேவை என்பதைக் கணக்கிட வேண்டும். அதனை அடைய இப்போதிருந்தே எவ்வளவு மாதம் முதலீடு செய்ய வேண்டும் என்பதைச் சரியாக கணக்கிட வேண்டும். அந்த முதலீட்டைத் தொடர்ந்து விடாமல் சரியாக மேற்கொண்டு வருவது கட்டாயம். அப்போதுதான் உங்கள் பணம் பன்மடங்காக பெருகும்,

2. நிகர சொத்து மதிப்பைப் கணக்கிடுங்கள்..!

உங்களின் நிகர சொத்து மதிப்பு எவ்வளவு என்பதைப் பட்டியலிடுங்கள். சொத்து என்கிற போது வீடு, மனை, தங்கம், வெள்ளி, மியூச்சுவல் ஃபண்ட் முதலீடு, பங்குச் சந்தை முதலீடு எல்லாம் சேர்ந்தது. இவற்றின் மதிப்பிலிருந்து நீங்கள் பிறருக்குக் கொடுக்க வேண்டிய கடன்களை கழியுங்கள். இப்போது நீங்கள் எங்கே இருக்கிறீர்கள், இங்கிருந்து எவ்வளவு தூரம் செல்ல வேண்டும் என்பது புரியும்.

இந்தச் சொத்துகளின் நிகர மதிப்பு மூன்று மாதத்துக்கு முன் என்னவாக இருந்தது. இப்போது அதிகரித்திருக்கிறதா? குறைந்திருக்கிறதா என மதிப்பிடுங்கள். உங்கள் நிகர சொத்து மதிப்பு மிகக் குறைவாகக் கூட இருக்கலாம். ஆனால், இதனை நீங்கள் கட்டாயம் அதனை மதிப்பிட வேண்டும். அப்போதுதான் சரியான முதலீட்டைத் தொடர்ந்து மேற்கொண்டு உங்கள் பணத்தைப் பல மடங்காக அதிகரிக்க முடியும்.

மேலும் உங்களுக்கு திடீரென அலுவலகத்தில் ரூ. 5 லட்சம் வெகுமதி கிடைக்கிறது. அதனை எதில் முதலீடு செய்வது என்கிற தெளிவு இருக்கும். இல்லை என்றால் காற்றில் கற்பூரம் கரைவது போல் உங்கள் காசு கரைந்துவிடும் அபாயம் இருக்கிறது.

3. பணத்தை மதியுங்கள்

பணத்துக்கு மதிப்பு கொடுங்கள். கன்னத்தில் பணத்தை ஒற்றிக்கொள்ள சொல்லவில்லை. உங்களுக்குப் பணம் தொடர்பாக வரும் அக்கவுன்ட் ஸ்டெட்மென்ட்கள்,

கிரெடிட் கார்ட் ரிப்போர்ட்கள் போன்றவற்றை உடனுக்குடன் படியுங்கள். இல்லை என்றால் சிக்கலில் மாட்டிக் கொள்ளக் கூடும். கிரெடிட் கார்ட் ரிப்போர்ட்டில் நீங்கள் வாங்காத பொருள்களுக்குக் கூட பில் சேர்ந்திருக்க வாய்ப்பு இருக்கிறது. இப்படிப் பணம் வீணாக செலவானால் உங்கள் பணம் எப்படி பன்மடங்காகும்.

4. தள்ளுபடி விற்பனையைத் தள்ளி வையுங்கள்

பிக் மில்லியன் டே உள்ளிட்ட தள்ளுபடி விற்பனையில் சிக்கி தேவையில்லாத பொருள்களை வாங்கிக் குவிக்காதீர்கள். இப்படித் தொடர்ந்து செய்தால், உலகின் முன்னணி முதலீட்டாளர் வாரன் பஃபெட் சொன்னது போல்,; தேவையில்லாத பொருள்களை வாங்கிக் குவித்தால், ஒரு கட்டத்தில் செலவுக்குத் தேவையான பொருள்களை விற்க வேண்டி வரும் என அவர் சொல்லி இருப்பது அர்த்தமுள்ளதாகும்.

தள்ளுபடிக்காகத் தேவையில்லாமல் செலவு செய்தால், உங்கள் பணம் எப்போது பல மடங்காகும்?

5. கடன் சிக்கல் சிக்கிக்கொள்ளாதீர்கள்..!

நீங்கள் ரூ. 25,000-க்கு ஸ்மார்ட் போன் ஒன்றை வாங்கும் நோக்கத்துடன் கடைக்குள் நுழைந்திருப்பீர்கள். கடைவாசலிலேயே உங்கள் வங்கிக் கணக்கு விவரங்கள், ஏ.டி.எம் கார்ட்கள், கிரெடிட் கார்ட் விவரங்களைக் கேட்டு, உங்களுக்கு ரூ. 50,000 ஃப்ரி அப்ரூவ்ட் லோன் தகுதி இருக்கிறது என்பார்கள்.

விளைவு தேய்மான சொத்தான ஸ்மார்ட் போனை ரூ. 50,000 கடனில் வாங்கிக் கொண்டு வந்திருப்பீர்கள்.

இந்த ஸ்மார்ட் போனை இன்றைக்கு வாங்கி நாளைக்கு விற்றால் கூட 25-30% குறைவான விலைக்குத்தான் போகும். அடுத்து இந்தக் கடனுக்கான வட்டி 18-22% ஆக இருக்கும். தேய்மான பொருள்களை 10 சதவிகித வட்டிக்கு மேல் கடனில் வாங்குவது அதிக இழப்பாக இருக்கும். இப்படி கடனில் அதிக விலை உள்ள பொருள்களை உங்கள் தகுதிக்கு மீறி வாங்கினால் உங்கள் பணம் பன்மடங்காக மாறுவது எப்படி?

இந்தச் செயல்கள் ஒருவரின் செல்வத்தை வளரவிடாமல் அழித்துவிடும். அந்தஸ்துக்காக, பிறர் மதிக்க வேண்டும் என்பதற்காக மாதத் தவணையில் பொருள்களை வாங்குவது போன்ற தவறான நிதிப் பழக்கம் வேறு இல்லை. உங்களால் என்றைக்கு மொத்தமாகச் சேர்த்து அந்தப் பொருளை வாங்க முடியுமோ, அப்போது வாங்குவதுதான் சரியானதாகும்.

6. வரம்புக்குள் வாழுங்கள்

இன்றைய இளைஞர்கள் வேலைக்குச் சேர்ந்து சில ஆண்டுகளிலேயே மாதம் ரூ. 30,000, ரூ. 40,000 சர்வ சாதாரணமாகச் சம்பாதிக்கிறார்கள். அதே அளவுக்குப் பணத்தின் மதிப்பு தெரியாமல் கண்டபடியும் செலவு செய்கிறார்கள். காபி ஷாப்பிற்கு இரண்டு பேர் சென்றால் சுமார் ரூ. 500-ஐ சர்வ சாதாரணமாகச் செலவு செய்கிறார்கள். சினிமாவுக்கு ஒரு முறை சென்றால் ரூ. 1,000 செலவழிக்கிறார்கள்.

சோசியல் மீடியாக்கள் அவர்களை மிகவும் கெடுத்து வைத்திருக்கிறது.

நண்பர்கள், உறவினர்கள், உடன் பணிபுரிபவர்கள் செய்யும் செலவுகளைப் பார்த்து மன அழுத்தத்துக்கு உள்ளார்கள். அந்தஸ்துக்காகச் செய்யும் செலவுகளால் கடனாளி ஆகிறார்கள். ஒருவருக்குப் பொழுதுபோக்குகள் அவசியம்தான். ஆனால், அவை அளவுடன் இருந்தால்தான் நீங்கள் செல்வந்தர் ஆக முடியும்.

7. உங்கள் எதிர்காலத்துக்குப் பாதுகாப்பு

இப்போது இருக்கும் உங்கள் வீடு, தங்கம், முதலீடுகள் மட்டுமே உங்களின் சொத்து அல்ல. எதிர்காலத்தில் சம்பாதிக்கப் போவதும் உங்கள் சொத்துதான். வீட்டிலிருக்கும் பொருள்களின் இழப்பை ஈடுகட்டக் காப்பீடு எடுத்திருப்பது போல், உங்கள் எதிர்கால வருமானத்தைப் பாதுகாக்க காப்பீடு எடுப்பது அவசியம். உதாரணத்துக்கு, 35 வயதாகும் குடும்பத் தலைவருக்கு மனைவி, இரு குழந்தைகள் இருக்கிறார்கள். இந்தக் குடும்பத் தலைவர் திடீரென மறைந்துவிட்டால், அவரின் மனைவி, பிள்ளைகளின் எதிர்காலம் என்னவாகும்?

எனவே, குடும்பத் தலைவரின் வருமானத்தைப் பாதுகாக்க அவரின் பெயரில் குறைந்த பிரீமியத்தில் அதிக கவரேஜ் அளிக்கும் டேர்ம் பிளான் ஆயுள் காப்பீடு எடுப்பது கட்டாயம். ஒருவரின் மாதச் சம்பளம் ரூ. 50,000 என்றால் அவரின் ஆண்டு சம்பளம் ரூ. 3 லட்சம். இதனைப் போல் சுமார் 15 மடங்கு தொகை

அதாவது ரூ. 45 லட்சத்துக்கு டேர்ம் பிளான் எடுப்பது அவசியம். இதற்கான பிரீமியம் ஆண்டுக்கு சுமார் 12,000 இருக்கும். இந்தக் காப்பீடு என்பது குடும்பத்தின் சொத்து இழப்பைக் காப்பாற்றும் கவசமாக இருக்கிறது.

8. சேமிப்பைக் கரைக்கும் மருத்துவமனை செலவுகள்..!

அடுத்து மருத்துவமனை செலவுகளை ஈடுகட்ட மருத்துவக் காப்பீடு எடுப்பது கட்டாயம். கோவிட் காரணமாக மருத்துவமனையில் சிசிக்சை பெற்றவர்கள் குறைந்தபட்சம் ரூ. 5 லட்சம் செலவு செய்திருக்கிறார்கள். கிட்ட 80 சதவிகிதம் பேர் இந்தத் தொகையை அவர்களின் சேமிப்பு மற்றும் முதலீடுகளை உடைப்பது மூலம்தான் ஈடுகட்டி இருக்கிறார்கள். இந்தச் செலவுகளிலிருந்து மீண்டு வர அவர்களுக்குப் பல வருடங்களாகும். எனவே, சில பல ஆயிரங்களைச் செலவு செய்து மருத்துவக் காப்பீடு எடுத்துக்கொள்ளுங்கள். இதனால், உங்கள் பணம் பல மடங்காக அதிகரிப்பையும் உறுதி செய்கிறீர்கள்.

9. அவசரக் கால நிதி

அனைவரும் 2020 ஏப்ரல் முதலான ஆறு மாதத்தை இப்போதும் மறந்திருக்க மாட்டார்கள். தொழில் முடக்கத்தால் பலருக்குச் சம்பளம் இல்லை. பலருக்கு வேலையே இல்லை. இந்த நிலையில் அவசரக் கால செலவுக்கு என முன்னரே பணம் சேர்த்து வைத்தவர்கள்தான் தப்பித்தார்கள்.

எல்லோரும் பணச் சிக்கலில் மாட்டியிருந்ததால், ஒருவர் மற்றவரிடம் கடன் கேட்க முடியாத நிலை. எனவே, 6 முதல் 9 மாதத்துக்கு தேவையான தொகையை அவசரக் கால நிதியாகச் சேர்த்து வைப்பது நல்லது. இந்தத் தொகையை அவசர செலவுக்கு மட்டும்தான் பயன்படுத்த வேண்டும். இந்தத் தொகையை யாராலும் ஒரே நாளில் மொத்தமாகச் சேர்க்க முடியாது.

சிஸ்டமேட்டிக் இன்வெஸ்ட்மென்ட் பிளான் (எஸ்.ஜ.பி) முறையில் மாதம் எவ்வளவு தொகையைச் சேர்க்க முடியுமோ, அவ்வளவு தொகையை சேர்த்து இந்தத் தொகுப்பு நிதியை விரைந்து உருவாக்கிக்கொள்ள வேண்டும். அப்போதுதான் அவசர செலவுக்கு உங்களின் சேமிப்பு மற்றும் முதலீடுகள் இரையாமல், உங்களுக்குச் செல்வம் சேருவதோடு, அது பல மடங்காகப் பெருகவும் செய்யும்.

10. இளமையில் முதலீட்டை ஆரம்பியுங்கள்..!

வாரன் பஃபெட் அவரின் 11-வது வயதில் முதலீட்டை ஆரம்பித்தார். அவரின் மிகப் பெரிய வருத்தம். இன்னும் சின்ன வயதில் முதலீட்டை ஆரம்பிக்கவில்லை என்பதாகும். மிகச் சிறிய வயதில் முதலீட்டை ஆரம்பித்திருந்தால் சொத்து இன்னும் பல மடங்கு உயர்ந்திருக்கும் என அவர் இப்போதும் வருத்தப்படுகிறார். முடிந்த வரைக்கும் இளம் வயதிலேயே முதலீட்டை ஆரம்பித்துவிடுங்கள். அப்போதுதான் கூட்டு வளர்ச்சி என்கிற பவர் ஆஃப் காம்பவுண்டிங்-ன் பலனை முழுமையாக அனுபவிக்க முடியும்; உங்கள் முதலீடு பன்மடங்காகப் பெருகும்.

இந்தக் கல்வி அறிவு தினத்தில் நீங்கள் நிதி அறிவு பெறுவது மிக முக்கியம். உங்கள் பணத்தை நீங்களே நிர்வகிக்கக் கற்றுக்கொள்ளுங்கள். பெரும் பணக்காரர்கள், ஆலோசனை பெற ஆடிட்டர், வழக்கறிஞர், நிதி ஆலோசகர் எனப் பலரை வைத்திருக்கிறார்கள். நீங்களும் தேவைப்பட்டால் நிதி ஆலோசகர் ஒருவரின் உதவியைப் பெறுவது மூலம் உங்களின் பணத்தைப் பல மடங்கு பெருக்க முடியும்.

$ $ $ $ $

6

நேரடி பங்கு முதலீடு (Equity Stocks/ Share Market), பங்கு சார்ந்த ஃபண்ட் முதலீடு (Mutual Funds): உங்களுக்கு ஏற்றது எது?

பங்குச் சந்தை சார்ந்த முதலீடுகள் நீண்ட காலத்துக்கானவை. பங்குச் சந்தை சார்ந்த முதலீடு என்றால் அதில் வரும் முக்கியமான முதலீட்டுப் பிரிவு நிறுவனப் பங்குகள் மற்றும் பங்குச் சந்தை சார்ந்த மியூச்சுவல் ஃபண்ட்களாகும். இந்தத் திட்டங்களில் ஒருவர் அவரின் அவசரச் செலவு மற்றும் மூன்று ஆண்டுகளுக்கு உட்பட்ட செலவுக்கு வைத்திருக்கும் பணத்தை முதலீடு செய்யக் கூடாது.

ஒருவர் உபரித் தொகை அல்லது நீண்ட காலம் கழித்துத் தேவைப்படும் தொகையைத்தான் நிறுவனப் பங்குகள் மற்றும் ஈக்விட்டி ஃபண்ட்களில் முதலீடு செய்ய வேண்டும்.

அதிக வருமானம் தரும் திட்டம் எது?
இந்த இரு முதலீட்டுத் திட்டங்களில் எது அதிகமான வருமானத்தைக் கொடுக்கும்? எது லாபகரமாக இருக்கும் என்கிற சந்தேகம் பலருக்கும் இருக்கிறது.

இன்ஃபோசிஸ் பங்கில் போட்ட ரூ. 1 லட்சம் என்பது ரூ. 2 கோடியாக உயர்ந்திருக்கிறது. எய்ஷர் மோட்டார் பங்கில் முதலீடு செய்த ரூ. 1 லட்சம் ரூ. 2.5 கோடியாக அதிகரித்திருக்கிறது என சோசியல் மீடியாக்களான ஃபேஸ்புக், ட்விட்டர், இன்ஸ்டாகிராம் போன்றவற்றில் பல ஃபார்வேட்கள் வலம் வருகின்றன.

இதேபோன்று ரிலையன்ஸ் குரோத் ஃபண்டில் ரூ. 1 லட்சம் போட்டிருந்தால் இன்றைக்குப் பல கோடி என்பது போலவும் பல விஷயங்கள் பரவி வருகின்றன.

நேரடி பங்கு முதலீடுதான் அதிக வருமானத்தைக் கொடுக்கும் எனப் பங்கு முதலீட்டாளர்களும், இல்லை ஈக்விட்டி ஃபண்ட்கள் அதிக வருமானம் கொடுக்கும் ஃபண்ட் முதலீட்டாளர்கள் இடையே கருத்து மோதல் தொடர்ந்து வருகிறது.

நேரடி பங்கு முதலீடு, ஈக்விட்டி ஃபண்ட் மூலம் பங்கு முதலீட்டுக்கும் ரிஸ்க்கில் அதிக வேறுபாடு இருக்கிறது.

நீச்சல் குளமும், முதலீட்டின் ரிஸ்க்கும்

நீங்கள் பெரிய தங்கும் விடுதிகள் அல்லது ரிசார்ட்களுக்கு போயிருப்பீர்கள். அங்குக் கட்டாயம் நீச்சல் குளம் இருக்கும். அதனை மூன்றாகப் பிரித்திருப்பார்கள். முதலில் சிறுவர், சிறுமியர் தண்ணீரில் மூழ்காமல் விளையாடி மகிழக் கூடிய 3 அடி ஆழமான பகுதி, அடுத்து வயது வந்த ஆண், பெண் நீச்சல் அடித்து விளையாடக் கூடிய 5 அடி ஆழப்பகுதி, அடுத்து நன்கு நீச்சல் தெரிந்தவர்கள், தண்ணீருக்குள்

மூச்சு அடங்கி, டைவ் அடித்து விளையாடக் கூடிய 10 அடி ஆழமான பகுதி என மூன்றாகப் பிரித்திருப்பார்கள்.

இங்கே, மூன்று அடியை கடன் ஃபண்ட்களுக்கும் 5 அடியை கலப்பின ஹைபிரிட் ஃபண்ட்களுக்கும் 10 அடியை ஈக்விட்டி ஃபண்ட்கள் மற்றும் நிறுவனப் பங்குகளுக்கும் ஒப்பிடலாம்.

ஒருவர் முதலீட்டுக்கு புதியவர், அவருக்கு முதலீட்டைப் பற்றி எதுவும் தெரியாது என்றால் அவரை 3 அடி ஆழ நீச்சல் குளத்துக்கு ஒப்பிடலாம். ஓரளவுக்கு உங்களுக்கு முதலீட்டில் அனுபவம் பெறும் வரை அவர் கடன் ஃபண்ட்களில் முதலீடு செய்து வரலாம்.

முதலீட்டுக்கு புதியவர் அதேநேரத்தில் முதலீடு பற்றி ஓரளவுக்குத் தெரியும் என்றால் அவர் 5 அடி ஆழ நீச்சல் குளத்துக்கு ஒப்பிடப்படும் கலப்பின ஃபண்ட், ஈக்விட்டி ஃபண்ட்களில் முதலீடு செய்யலாம்.

நேரடி நிறுவனப் பங்கு முதலீட்டுடன் ஒப்பிடும் போது ஈக்விட்டி ஃபண்ட் முதலீடு மிகவும் ரிஸ்க் குறைவானது. காரணம், பங்கு முதலீட்டில் ஒருவரால் ஆரம்பத்தில் அதிக தொகை முதலீடு செய்வது கடினம்; இதனால், ஓரிரு நிறுவனப் பங்குகளில்தான் முதலீடு செய்ய முடியும் என்பதால் ரிஸ்க் அதிகம். அதுவே மியூச்சுவல் ஃபண்டில் ஒருவர் செய்யும் ரூ. 500 அல்லது ரூ. 1,000 என்பது சுமார் 30 முதல் 50 நிறுவனப் பங்குகளில் ஃபண்ட் மேனேஜர் பிரித்து முதலீடு செய்வார் என்பதால் ரிஸ்க் வெகுவாக குறைகிறது. மேலும், முதலீட்டாளரை விட ஃபண்ட் மேனேஜர் பங்குச் சந்தையைச் சரியாக கவனிக்கக் கூடியவராக,

சூழ்நிலையை அனுசரித்து முதலீடு செய்வதில் வல்லவராக இருப்பார்.

முதலீடு பற்றிய அறிவும் இருக்கிறது, முதலீட்டு அனுபவமும் இருக்கிறது என்றால் ஒருவரை 10 அடி நீச்சல் குளத்துக்கு ஒப்பிடப்படும் நிறுவனப் பங்குகளில் முதலீடு செய்யலாம்.

முதலீட்டு அனுபவம்..!

ஈக்விட்டி ஃபண்ட்களில் முதலில் சில காலம் முதலீடு செய்து வரலாம். ஓரளவுக்கு இன்னும் கூடுதல் அனுபவம் பெற்ற பிறகு நிறுவனப் பங்கு முதலீட்டுக்கு வரலாம். இப்படிச் செய்யும் போது பங்குச் சந்தை சார்ந்த முதலீடுகளின் (நிறுவனப் பங்குகள், ஈக்விட்டி ஃபண்ட்கள்) ஏற்ற, இறக்கம் தெரிய மற்றும் புரிய வரும். கூடவே முதலீட்டில் மூலதனம் எந்த அளவுக்கு ரிஸ்க்க்கு உள்ளாகும் என்பது தெளிவாகும். கூடவே நேரடி பங்கு முதலீட்டில் எவ்வளவு ரிஸ்க் இருக்கிறது, ஈக்விட்டி ஃபண்டில் எவ்வளவு ரிஸ்க் இருக்கிறது. எவ்வளவு காலத்துக்கு முதலீடு செய்யும் போது மூலதனம் மீதான ரிஸ்க் குறைகிறது என்பது போன்ற விவரங்கள் தெளிவாகும்.

நேரடியாக 10 அடி ஆழத்துக்கு நீச்சல் அடிக்க செல்வதற்குப் பதில் முதலில் தண்ணீரில் மெதுவாகக் காலை வையுங்கள்: மூன்று அடி ஆழத்தில் ரிஸ்க் இல்லாமல் பாதுகாப்பாக (கடன் ஃபண்ட் முதலீடு) நீச்சல் அடியுங்கள். அதன் பிறகு 5 அடி (கலப்பின ஃபண்ட், ஈக்விட்டி ஃபண்ட்), அதன் பிறகு 10 அடி (நேரடி பங்கு முதலீடு) என நீச்சல் அடிப்பது போல் படிப்படியாக ரிஸ்க்

அதிகமான முதலீட்டுக்கு வாருங்கள். இல்லை எனக்கு ஈக்விட்டி ஃபண்ட் முதலீடு மூலமான வருமானமே போதும் என்றால் அதிலேயே தொடரலாம்.

பலரும் எடுத்த உடனே 10 அடி ஆழத்தை விட அதிக ரிஸ்க் கொண்ட டெரிவேட்டிவ் (ஃப்யூச்சர்ஸ் அண்ட் ஆப்ஷன்) வர்த்தகத்துக்கு சென்று விடுகிறார்கள். இது மிகவும் தவறான முதலீட்டு அணுகு முறையும். ஓரிரு நாள்களில் 20%, 30% உத்தரவாத வருமானம் என வரும் எஸ்.எம்.எஸ், சோசியல் மீடியா ஃபார்வேர்ட்களை நம்பி இப்படி களமிறங்கி விடுகிறார்கள். பேராசை காரணமாக, மூலதனத்தை இழந்துவிடுகிறார்கள். கிட்டத்தட்ட 96% பேர் இது போன்ற அதிக ரிஸ்க் திட்டங்களில் பணத்தை இழப்பதாகப் புள்ளி விவரம் ஒன்று தெரிவிக்கிறது. விளைவு பங்குச் சந்தை முதலீடு ஆபத்தானது என அதனை வெறுத்து ஒதுக்கும் நிலைக்கு தள்ளப்படுகிறார்கள்.

இதனைத் தவிர்க்க நீங்கள் மியூச்சுவல் ஃபண்ட்களில் 3 அல்லது 5 ஆண்டுகள் முதலீடு செய்து நல்ல அனுபவம் பெற்ற பிறகு நேரடி பங்கு முதலீட்டுக்கு வருவது நல்லது. நிறுவனப் பங்குகளை ரொக்கச் சந்தையில் (கேஷ் மார்கெட்) வாங்கி அதன் மூலம் லாபம் ஈட்டி நன்கு அனுபவம் பெற்ற பிறகு பங்கு வர்த்தகம் சார்ந்த டெரிவேட்டிங் பக்கம் செல்லலாம்.

வருமானம் எவ்வளவு?

நிறுவனப் பங்குகளை விட ஈக்விட்டி ஃபண்ட்கள் அதிக வருமானம் கொடுக்கக் கூடியதா? 1995 வாக்கில் இந்தியாவில் தனியார் மியூச்சுவல்

ஃபண்ட் நிறுவனங்கள் வந்தன. ஹெச்.டி.எஃப்.சி, ரிலையன்ஸ், ஐ.சி.ஐ.சி.ஐ புரு. மியூச்சுவல் ஃபண்ட் நிறுவனங்கள் களமிறங்கின. ரிலையன்ஸ் குரோத் ஃபண்ட் (இப்போது நிப்பான் இந்தியா குரோத் ஃபண்ட்), 1995-ம் ஆண்டு முதல் இது வரைக்கும் ஆண்டுக்குச் சராசரியாக 22%-க்கு மேல் வருமானம் கொடுத்துக்கொண்டிருக்கிறது. இந்தத் திட்டத்தில் ஆரம்பத்தில் ரூ.1 லட்சம் நீங்கள் முதலீடு செய்திருந்தால், அதன் இன்றைய மதிப்பு கிட்டத்தட்ட ரூ. 2 கோடியாக அதிகரித்திருக்கிறது.

உலகின் முன்னணி முதலீட்டாளர் வாரன் பஃபெட் கூட அவரின் போர்ட்ஃபோலியோ மூலம் நீண்ட காலத்தில் சுமார் 21% வருமானம்தான் ஈட்டி வருகிறார். அந்த வகையில், நிறுவனப் பங்குகள் கொடுக்கும் வருமானம் அளவுக்கு ஏன் அதனை விட அதிகமாகக் கூட ஈக்விட்டி மியூச்சுவல் ஃபண்ட்கள் வருமானம் கொடுத்து வருகின்றன; எதிர்காலத்திலும் கொடுக்கும் என எதிர்பார்க்கலாம். மியூச்சுவல் ஃபண்ட் திட்டங்கள் ஏராளமாக உள்ளன. அதில் நல்ல வருமானம் கொடுத்துக்கொண்டிருக்கும் மற்றும் எதிர்காலத்திலும் நல்ல வருமானம் கொடுக்கக் கூடிய திட்டங்களைத் தேர்வு செய்து முதலீடு வந்தால், நிச்சயம் நீண்ட காலத்தில் நேரடி பங்கு முதலீட்டை விட நல்ல வருமானம் பார்க்க முடியும்.

மியூச்சுவல் ஃபண்டில் நமக்காக ஒரு ஃபண்ட் மேனேஜர் மற்றும் அவரின் ஆராய்ச்சிக் குழு நமக்காக முதலீடு செய்துகொண்டிருக்கிறது. நீங்கள் பெங்களூருக்கு காரில் பயணம் செய்ய வேண்டும் என நினைக்கிறீர்கள். உங்களுக்குச் சரியான பாதை

தெரியாது, சரியாக வாகனம் ஓட்டத் தெரியாது என்கிற நிலையில் ஒரு டிரைவர் வைத்துக்கொண்டு வசதியாக, பாதுகாப்பாக பயணம் செய்வது மியூச்சுவல் ஃபண்ட் முதலீடாகும்.

இதுவே கார் நல்ல நிலையில் இருக்கிறது; எனக்கு நன்கு வாகனம் ஓட்டித் தெரியும், வழித் தெரியும் என்றால் நீங்களே வண்டி ஓட்டி செல்வது போன்றதுதான் நேரடி பங்கு முதலீடாகும்.

ஃபிக்ஸட் டெபாசிட்டை விட 4-5% அதிக வருமானம், குறைவான வருமான வரி எதிர்பார்ப்பவர்களுக்கு ஈக்விட்டி மியூச்சுவல் ஃபண்ட் முதலீடு நிச்சயம் கைகொடுக்கும். இதனை விட அதிக வருமானம் எதிர்பார்ப்பவர்கள் போதிய அனுபவம் பெற்ற பிறகு நேரடி பங்கு முதலீட்டில் ஈடுபடலாம். அப்படி ஈடுபடும் போது பங்கு முதலீட்டை ஆறு மாதம் அல்லது ஆண்டுக்கு ஒரு முறை தொடர்ந்து கவனித்து வருவது அவசியம். மியூச்சுவல் ஃபண்ட் முதலீட்டில் ஃபண்ட் மேனேஜர் இந்த வேலையைச் செய்து வருகிறார் என்பதால், நேரடி முதலீட்டை விட ஈக்விட்டி ஃபண்ட் முதலீடு ரிஸ்க் குறைவானதாகப் பார்க்கப்படுகிறது.

அட்டவணை: நேரடி பங்கு முதலீடு வெர்சஸ் ஈக்விட்டி மியூச்சுவல் ஃபண்ட் முதலீடு

விவரம்	ஈக்விட்டி ஃபண்ட்	நிறுவனப் பங்குகள்
தேர்வு	சரியான ஃபண்டை தேர்வு செய்யச் சற்று காலம் பிடிக்கும்	சரியான நிறுவனப் பங்கைத் தேர்வு செய்ய அதிக காலம் பிடிக்கும்

விவரம்	ஈக்விட்டி ஃபண்ட்	நிறுவனப் பங்குகள்
முதலீட்டுப் பரவலாக்கம்	ஒரு ஃபண்டில் குறைந்தது 30 முதல் 50 பங்குகளில் முதலீடு பிரித்து மேற்கொள்ளப்படும்.	பரவலாக்கம் செய்து கடினம். அதிக பணம் தேவைப்படும்.
கண்காணிப்பு	அதிகம் தேவைப்படாது. ஃபண்ட் மேஜேனர் மற்றும் அவரின் குழு கவனித்துக்கொள்ளும்.	முதலீட்டாளரே முழுவதும் கவனித்துக் கொள்ள வேண்டும். புரோக்கர் மூலம் முதலீடு செய்யும்பட்சத்தில் அவர் உதவக் கூடும்.
சிஸ்டமேட்டிக் இன்வெஸ்மென்ட் பிளான் முறை	அனைத்து ஃபண்ட்களிலும் மேற்கொள்ள முடியும்.	சில பங்கு தரகு நிறுவனங்களில் மட்டுமே பங்கு எஸ்.ஐ.பி உண்டு
முதலீட்டின் மதிப்பு	நிகர சொத்து மதிப்பை (என்.ஏ.வி) சார்ந்தது.	பங்கின் விலை
நிபுணரின் மேலாண்மை	உண்டு	அதிகம் வாய்ப்பு இல்லை
முதலீட்டைப் பணமாக்குதல்	ஓரிரு தினங்கள்	ஓரிரு தினங்கள்
பங்கு முதலீட்டு முடிவு	ஃபண்ட் மேனேஜரை சார்ந்தது	முதலீட்டாளரைச் சார்ந்தது

$ $ $ $ $

– 7 –
நீண்ட கால முதலீடு: கவனிக்க வேண்டிய 6 முக்கிய அம்சங்கள்..!

நீண்ட கால முதலீடு என்பது பழங்கள் தரும் ஒரு மரத்தை வளர்த்தெடுப்பது போன்றது என்று அடிக்கடி கூறப்படுகிறது. விதை போட்டு, அது முளைத்து செடியாகி, மரமாகி, பூ உருவாகி, காயாகி அதன் பிறகுதான் பழமாகும். இதற்கு அதிக பராமரிப்பு தேவைப்படும். தண்ணீர் விட வேண்டும், பூச்சித் தாக்காமல் இருக்க மருந்து தெளிப்பது, ஆடு, மாடு மேயாமல் வேலி அமைப்பது, வேறு மனிதர்கள் பழங்களைப் பறிக்காமல் பாதுகாப்பது என பலவற்றைப் செய்ய வேண்டும். மேலும், அதிக பலன் தர இடை இடையே அதற்கு ஊட்டச் சத்து உரங்களை அளித்து வர வேண்டும்.

அதேபோல்தான் எந்த ஒரு நீண்ட கால முதலீடும். குறிப்பாக,. பங்குச் சந்தை சார்ந்த முதலீடுகளான நிறுவனப் பங்குகள் மற்றும் பங்குச் சந்தை சார்ந்த மியூச்சுவல் ஃபண்ட்கள் போன்றவற்றை இப்படிக் கவனித்து வந்தால்தான் நீண்ட் காலத்தில் நல்ல வருமானத்தைத் தரும்.

முதலீட்டுக் கலவை மறுபரிசீலனை

இந்தியப் பங்குச் சந்தையின் வளர்ச்சியைக் குறிக்கும் சென்செக்ஸ் குறியீடு கடந்த ஓராண்டுக் காலத்தில் (செப்டம்பர் 24, 2021 நிலவரப்படி) 58 சதவிகிதம் உயர்ந்துள்ளது. இது ஐந்தாண்டுக் காலத்தில் 115 சதவிகிதம் அதிகரித்துள்ளது. கடந்த 1990 முதல் அதாவது சுமார் 30 ஆண்டுகளில் சுமார் 10,600 சதவிகிதம் உயர்ந்துள்ளது. அதாவது, ஆண்டுக்கச் சராசரியாக 14.62% வளர்ந்து உள்ளது. இந்த வளர்ச்சி ஓராண்டில் 80%, இன்னொரு ஆண்டில் மைனஸ் 80 சதவிகிதமாகக் கூட இருந்திருக்கும்.

ஆனால், ஏற்ற இறக்கம் இருந்தாலும், நீண்ட காலத்தில் பணவீக்கவிகிதத்தைவிட சுமார் 9 சதவிகிதம் கூடுதல் வளர்ச்சிக் கண்டுள்ளது. இதர முதலீடுகளுடன் ஒப்பிடும் போது பங்குச் சந்தை முதலீடுகளுக்கு லாபத்துக்கு வருமான வரியும் குறைவாகும். அதுதான் நிறுவனப் பங்குகள் மற்றும் பங்குச் சந்தை சார்ந்த மியூச்சுவல் ஃபண்ட் முதலீடுகளை மிகவும் லாபகரமாக வைத்திருக்கிறது.

ஒரு முதலீட்டாளர் தனது முதலீட்டுக் கலவையின் (Portfolio) வருமானத்தை மேம்படுத்த என்ன செய்ய வேண்டும்?

முதலீட்டுக் கலவையின் வருமானத்தை மேம்படுத்த போர்ட்ஃபோலியோவை இடை இடையே மறு பரிசீலனை செய்ய வேண்டும். அதில், அவசியம் கவனிக்க வேண்டிய ஐந்து அம்சங்களை இங்கே பார்ப்போம்.

1. சொத்து ஒதுக்கீடு அடிப்படையில் மறு பரிசீலனை..!

நீண்ட கால முதலீடு என்றாலும் முதலீடு செய்துவிட்டு கவனிக்காமல் இருக்கக் கூடாது என நாம் ஏற்கெனவே பார்த்திருக்கிறோம். ஒருவர் தனது மொத்த முதலீட்டையும் பங்குச் சார்ந்த முதலீடுகளில் போட்டு விடக்கூடாது.

அவர் தன் வயது, ரிஸ்க் எடுக்கும் திறன், முதலீட்டுக் காலம், எதிர்பார்க்கும் வருமானம் ஆகியவற்றின் அடிப்படையில் முக்கியச் சொத்துப் பிரிவுகளான கடன் சார்ந்த முதலீடுகள் (ஃபிக்ஸட் டெபாசிட், கடன் சந்தை மியூச்சுவல் ஃபண்ட்), பங்கு சார்ந்த முதலீடுகள் (நிறுவனப் பங்குகள், ஈக்விட்டி ஃபண்ட்கள்), தங்கம் சார்ந்த முதலீடுகள் (சாவரின் பாண்டுகள், கோல்டு இ.டி. எஃப்கள், கோல்டு சேவிங்ஸ் ஃபண்ட்கள்), ரியல் எஸ்டேட் (மனை, சொத்து மற்றும் ரெய்ட்) போன்றவற்றில் பிரித்து முதலீடு செய்ய வேண்டும். இதனைப் பிரித்து முதலீடு செய்தல் - அசெட் அலோகேஷன் (Asset Allocation) என்பார்கள்.

உதாரணத்துக்கு, நாற்பது வயதான ஒருவர் மேலே குறிப்பிட்ட நான்கு சொத்துப் பிரிவுகளில் 60% பங்குச் சார்ந்தது (Equity/Share Market), 20% கடன் சார்ந்தது (Debt and Fixed Income Schcmes), 10% தங்கம் சார்ந்தது, 10% மற்றும் ரியல் எஸ்டேட் சார்ந்தது என முதலீடு செய்து வருகிறார் என வைத்துக்கொள்வோம்.

எந்த முதலீடு அதிக வருமானம் கொடுத்திருக்கிறதோ, அதில் ஒரு பகுதி லாபத்தை வெளியில் எடுத்து வருமானம் குறைவாக இருக்கும்

சொத்துப் பிரிவில் முதலீடு செய்ய வேண்டும். இதனை ஆறு மாதம் அல்லது ஓராண்டுக்கு ஒரு முறை பங்குச் சந்தையின் நிலவரத்துக்கு ஏற்ப மேற்கொள்ள வேண்டும்.

2. முதலீட்டுத் திட்டங்களின் அடிப்படையில் மறு ஆய்வு..!

ஒருவர் வரிச் சேமிப்புக்காகப் பங்குச் சந்தை சேமிப்பு திட்டமான இ.எல்.எஸ்.எஸ். மியூச்சுவல் ஃபண்டில் கணிசமான தொகையை முதலீடு செய்யும் நிலையில் வீட்டுக் கடன் வாங்கி இருக்கிறார் என்று வைத்துக் கொள்வோம். அப்போது திரும்பக் கட்டும் அசல் (நிதி ஆண்டில் ரூ.1.5 லட்சம்), வட்டி (நிதி ஆண்டில் ரூ. 2 லட்சம்) மூலம் கணிசமான வருமான வரி மிச்சமாகும்.

இந்த நிலையில் தேவையின் அடிப்படையில் இ.எல். எஸ்.எஸ். ஃபண்ட் முதலீட்டை நிறுத்தலாம்/தொடரலாம். அல்லது இதனை விட அதிக வருமானம் எதிர்பார்த்து வேறு ஃபண்ட் வகை அல்லது லாக் இன் பிரீயட் இல்லாத வேறு முதலீட்டுத் திட்டத்துக்கு மாறிக்கொள்ளலாம்.

3. வருமானத்தின் அடிப்படையில் மறு ஆய்வு..!

சில நிறுவனப் பங்குகள் அல்லது ஈக்விட்டி மியூச்சுவல் ஃபண்ட்கள் (ஏன் கடன் ஃபண்ட்கள்) கூட எதிர்பார்த்த வருமானம் தராமல் இருக்கலாம். அவற்றின் வருமானம், அந்த ஃபண்ட் பிரிவின் சராசரி வருமானத்தை விட மிகக் குறைவாகக் கூட இருக்கும்.

இந்த நிலையில், கடன் ஃபண்ட்கள் என்றால் ஓராண்டு, பங்கு, ஈக்விட்டி ஃபண்ட் என்றால் ஓரிரு ஆண்டுகள் பார்த்துவிட்டு வேறு ஃபண்டுக்கு மாற்றிக் கொள்வது நல்லது. சில நேரங்களில் முதலீட்டுத் திட்டங்களில் அதிலுள்ள பிரச்சினைகள் வெளிப்படையாகத் தெரியும். அந்தப் பிரச்சினைகள் மேலும் பெரிதாகி இப்போதுள்ள வருமானமும் குறையக்கூடும் என்கிற நிலையில் இழப்பு இருந்தாலும், அந்த முதலீட்டுத் திட்டத்திலிருந்து வெளியே, வேறு நல்ல திட்டத்தில் முதலீடு செய்வது நீண்ட காலத்தில் லாபகரமாக இருக்கும்.

4. அரசு சட்டங்கள்/விதிமுறைகளின் அடிப்படையில்

முதலீடுகளின் வருமானம் என்பது அரசு சட்டங்கள் மற்றும் விதிமுறைகள் மாறும்போது மாற்றத்துக்கு உள்ளாகும். உதாரணத்துக்கு, 2020-21 நிதி ஆண்டில் டிவிடெண்ட் விநியோக வரி நீக்கப்பட்டு, டிவிடெண்ட் வரி கொண்டு வரப்பட்டது. இதன்படி, டிவிடெண்ட் வருமானத்துக்கு முதலீட்டாளர் அவரின் வருமான வரம்புக்கு ஏற்ப வரிக் கட்ட வேண்டும். அந்த வகையில் ஒரு முதலீட்டாளர் நிதி ஆண்டில் ஈக்விட்டி ஃபண்ட் ஒன்றின் மூலம் ரூ. 10,000 டிவிடெண்ட் பெறுகிறார் என்றும் அவர் 30 சதவிகித வரி வரம்பில் வருகிறார் என்றும் வைத்துக்கொள்வோம். அவர் 30% அதாவது ரூ. 3,000 டிவிடெண்ட் வரியாகக் கட்ட வேண்டும்.

இப்போது ஒரு முதலீட்டாளர் மியூச்சுவல் ஃபண்டில் டிவிடெண்ட் ஆப்ஷனிலிருந்து குரோத் ஆப்ஷனுக்கு மாறினால்,இப்படி வரிக் கட்டுவதைத் தவிர்க்க அல்லது

வரியை குறைக்க முடியும். ஒருவர் ஈக்விட்டி ஃபண்டில் குரோத் ஆப்ஷனை தேர்வு செய்திருக்கிறார் என்று வைத்துக்கொள்வோம். ஓராண்டுக்குள் யூனிட்களை விற்று பணமாக்கினால் ஆதாயத்துக்கு 15% வரிக் கட்டினால் போதும். இதுவே ஓராண்டு கழித்து விற்றால், முதல் ரூ. 1 லட்சம் ஆதாயத்துக்கு வரிக் கிடையாது. அதற்கு மேற்படும் ஆதாயத்துக்கு 10% வரிக் கட்டினால் போதும். இப்போது உங்களுக்குப் புரிந்திருக்குமே, டிவிடெண்ட் ஆப்ஷனை விட குரோத் ஆப்ஷன் சிறந்தது என்று.

5. நிதி இலக்கு அடிப்படையில் முதலீட்டுக் கலவை மறு ஆய்வு..!

ஒரு முதலீட்டாளரின் வாழ்க்கையில் பல்வேறு நிலைகளில் அவருக்கு புதிய நிதி இலக்குகள் உருவாகும். அதற்கு ஏற்பவும் அவர் போர்ட்ஃபோலியோவை மாற்றி அமைக்க வேண்டும். உதாரணத்துக்கு, குடும்பத்தின் புதிய வரவாகக் குழந்தை பிறந்திருக்கிறது. அதன் உயர்கல்விக்கு முதலீடு செய்ய வேண்டும் என்கிற நிலையில் உங்களின் முதலீட்டுக் கலவையில் புதிய முதலீடுகளைச் சேர்க்க வேண்டி வரும். அதற்கு ஏற்ப அசெட் அலோகேஷன்படி முதலீடுகளை மாற்றி அமைப்பது நல்லது.

6. பங்குச் சந்தையின் உச்சம் மற்றும் வீழ்ச்சிக்கு ஏற்ப..!

பங்குச் சந்தை உச்சத்தில் இருக்கும் போது அல்லது அது வீழ்ச்சியைச் சந்திருக்கும் போது கட்டாயம் முதலீட்டுக் கலவையை மறு ஆய்வு செய்வதோடு, அதனை மாற்றி அமைக்கவும் வேண்டும்.

பங்குச் சந்தை உச்சத்தில் இருந்தால், பிராபிட் புக்கிங் முறையில் பகுதி லாபத்தை எடுத்து ஓரளவுக்குப் பாதுகாப்பான கடன் ஃபண்ட்கள் அல்லது பாதுகாப்பான ஃபிக்ஸட் டெபாசிட்டில் போட வேண்டும். இப்படிச் செய்வதால் லாபத்தைத் தக்க வைத்துக்கொள்ள முடியும்.

அதுவே, பங்குச் சந்தை சுமார் 30 சதவிகிதத்துக்கு மேல் வீழ்ச்சிக் கண்டிருக்கும் நிலையில் கடன் ஃபண்ட்களின் லாபத்திலிருந்து அல்லது புதிய முதலீட்டை நிறுவனப் பங்குகள் மற்றும் ஈக்விட்டி ஃபண்ட்களில் செய்ய வேண்டும். இப்படிச் செய்யும்போது பின்னர் சந்தை ஏற்றம் காணும் போது, அதிக லாபம் கிடைக்க வாய்ப்பு இருக்கிறது.

$ $ $ $ $

– 8 –
முதலீடு மூலம் செல்வம் சேர்க்க உதவும் முக்கிய உத்தி இதுதான்..!

செல்வம் சேர்ப்பதற்கான பொதுவான விதிமுறையில் (Thumb Rule) முக்கியமானது, அனைத்து முட்டைகளையும் ஒரே கூடையில் வைக்காதீர்கள் என்பதாகும். அதாவது, மொத்த தொகையையும் ஒரே முதலீட்டுப் பிரிவில் போட்டு வைக்கக் கூடாது என்பதாகும்.

முதலீட்டுப் பரவலாக்கம்..!
முதலீட்டைப் பிரித்து செய்வது, பரவலாக்கம் (Diversification) என்பது உங்களின் நிதி நிலையை வலிமையாக வைத்திருக்க உதவி செய்கிறது. கூடவே, ஏதாவது ஒரு முதலீட்டுப் பிரிவு சிக்கலுக்குள்ளானால், அதிகப் பாதிப்பில்லாமல் தப்பிக்க உதவுகிறது. மேலும், எந்தக் கால கட்டத்திலும் முதலீட்டுக் கலவையானது சராசரியாக சுமார் 12 சதவிகிதம் வருமானத்தைத் தருவதாக முதலீட்டுக் கலவையைப் பராமரிக்க உதவுகிறது.

ஏன் பிரித்து முதலீடு செய்ய வேண்டும்?

பல்வேறு சொத்துப் பிரிவுகளில் பிரித்து முதலீடு செய்வதன் அடிப்படை நோக்க, மூலதனம் மீதான ரிஸ்கை குறைப்பதாகும். முதலீட்டுப் பரவலாக்கம் என்பது முதலீட்டுக் கலவையின் ரிஸ்க்கை குறைக்கும் ஒரு நுட்பமாகும்.

முதலீடு செய்யும் அனைவரும் அதிக வருமானம் ஈட்ட விரும்புகிறார்கள். ரிஸ்க் எடுக்காமல் அதிக வருமானம் பெற முடியாது. எந்த அளவுக்கு ரிஸ்க் எடுக்கிறோமோ அந்த அளவுக்கு அதிக ரிட்டர்ன் கிடைக்கும். பெரும்பாலான முதலீட்டாளர்கள் ஃபிக்ஸட் டெபாசிட் அல்லது தங்க நகை அல்லது ரியல் எஸ்டேட் என ஏதாவது ஒரு குறிப்பிட்ட ஏதாவது ஒரு முதலீட்டில் மொத்தப் பணத்தையும் போட்டு விடுகிறார்கள். இது மிகவும் தவறாகும். ஒரு குறிப்பிட்ட முதலீட்டுப் பிரிவு எப்போதும் லாபகரமாக இருக்காது.

அஸெட் அலோகேஷன் உத்தி

முதலீட்டின் மூலம் பணவீக்க விகிதம் மற்றும் வருமான வரியைத் தாண்டிய நியாயமான வருமானம் பெற வேண்டும் என்றால் முதலீட்டுத் தொகையை அஸெட் அலோகேஷன் உத்தி (Asset Allocation Strategy) என்கிற முறைப்படி, கடன் சந்தை சார்ந்த திட்டங்கள் (ஃபிக்ஸட் டெபாசிட், கடன் பத்திரங்கள் கடன் சார்ந்த மியூச்சுவல் ஃபண்ட்கள்), பங்குச் சந்தை சார்ந்த திட்டங்கள் (பட்டியலிடப்பட்ட நிறுவனப் பங்குகள், பங்குச் சந்தை சார்ந்த மியூச்சுவல் ஃபண்ட்கள்), தங்கம் மற்றும் ரியல் எஸ்டேட் போன்ற முக்கிய சொத்துப் பிரிவுகளில்

பிரித்து முதலீடு செய்ய வேண்டும். ஒருவரின் வயது, ரிஸ்க் எடுக்கும் திறன், வாய்ப்பு வசதி, தேவை ஆகியவற்றின் அடிப்படையில் இந்த முதலீட்டை மேற்கொள்ள வேண்டும்.

அதுவும் இந்த முதலீட்டுத் திட்டங்களில் தொடர்ச்சியாக சிஸ்டமேட்டிக் இன்வெஸ்ட்மென்ட் பிளான் (எஸ்.ஐ.பி) முறையில் முதலீடு செய்து வர வேண்டும். அப்படிச் செய்யும் போது, நீண்ட காலத்தில் ரிஸ்க் குறைக்கப்படுவதோடு, அதிக வருமானத்துக்கான வாய்ப்பும் உருவாகிறது.

உதாரணத்துக்குப் பங்குச் சந்தை சார்ந்த முதலீடுகள் குறைவான வருமானம் கொடுத்திருக்கும் காலத்தில் ஃபிக்ஸட் இன்கம் கடன் ஃபண்ட்கள் மற்றும் தங்கம் நல்ல வருமானத்தைக் கொடுப்பதை காணலாம். மிக முக்கியமாக, சொத்துப் பிரிவுகளிலும் முதலீட்டைப் பிரித்து மேற்கொள்வது மிக அவசியமாகும்.

உதாரணம், பங்கு முதலீடு என்று வருகிற போது ஒரு குறிப்பிட்ட பங்கில் மொத்த முதலீட்டையும் போட்டு விடக் கூடாது. இங்கேயும் ரிஸ்கை குறைத்து வருமானத்தை அதிகரிக்க நான்கைந்து வெவ்வேறு துறைகளை (உதாரணத்துக்கு ஐ.டி, வங்கி, பார்மா, ரியல் எஸ்டேட்) தேர்வு செய்து அவற்றில் நான்கைந்து நிறுவனப் பங்குகளில் (உதாரணத்துக்கு இன்ஃபோசிஸ், எஸ்.பி.ஐ, ஹூபின், லோதா) முதலீடு செய்வது அவசியம். இதேபோல், ஈக்விட்டி ஃபண்ட் என்று வருகிற போது ஃபிளெக்ஸி கேப், மல்டி கேப், லார்ஜ் கேப், மிட் கேப், ஸ்மால் ஃபண்ட் என பிரித்து முதலீடு செய்ய வேண்டும்.

அதுவும் ஒரே மியூச்சுவல் ஃபண்ட் நிறுவனத்திலேயே இந்த அனைத்து ஃபண்ட் பிரிவுகளும் முதலீடு செய்யக் கூடாது. 2,3 மியூச்சுவல் ஃபண்ட் நிறுவனங்களின் திட்டங்களில் பிரித்து செய்வது மூலம் மேலும் ரிஸ்கை குறைக்க முடியும். முதலீட்டைப் பரவாக்குதல் என்பது சிறு முதலீட்டாளர் முதல் கோடீஸ்வர முதலீட்டாளர் வரை அனைவருக்கும் ஏற்றதாக உள்ளது. இது நீண்ட காலத்தில் செல்வம் உருவாக்குவதில் முக்கியப் பங்கு வகிக்கிறது.

$$$$$

செக்டோரல் ஃபண்ட் முதலீடு: கவனிக்க வேண்டிய 5 முக்கிய விஷயங்கள்!.

டாப் பேங்கிங் ஃபண்ட்களின் வருமானம், 2020 செப்டம்பர் முதல் 2021 செப்டம்பர் வரையிலான ஓராண்டில் 50% முதல் 80% ஆக இருந்தது. இதுவே இன்ஃப்ரா ஃபண்ட்களின் வருமானம் 65% முதல் 120% வரை இருந்தது. பார்மா ஃபண்ட்களின் ஓராண்டு வருமானம் 40% முதல் 60% ஆகவும். ஐ.டி. ஃபண்ட்களின் வருமானம் 60% முதல் 105% ஆகவும் இருந்தது.

இந்த நிலையில், பலரும் இந்த அதிக வருமானத்தைப் பார்த்து செக்டார் ஃபண்ட்களில் முதலீடு செய்ய ஆரம்பித்திருக்கிறார்கள். கடந்த கால வருமானத்தை மட்டுமே ஃபண்ட்களில் முதலீடு செய்வது ஒரு மோசமான பழக்கமாகும். செக்டார் ஃபண்ட் எப்படிச் செயல்படுகிறது. அதில் முதலீடு செய்யும் போது கவனிக்க வேண்டிய முக்கிய விஷயங்கள் பார்ப்போம். செக்டோரல் ஃபண்ட் எனச் சொல்லப்படும் துறை சார்ந்த மியூச்சுவல் ஃபண்ட், பங்குச் சந்தை சார்ந்த ஃபண்ட்களில் ஒரு வகையாகும். இந்த வகை திட்டங்களில் குறிப்பிட்ட துறையைச் சேர்ந்த நிறுவனங்களின் பங்குகளில் மட்டும் அதிக தொகையை முதலீடு செய்வார்கள்.

அந்தக் குறிப்பிட்ட துறை மற்றும் முதலீட்டுக்குத் தேர்வு செய்யப்பட்டுள்ள நிறுவனப் பங்குகள் சிறப்பாகச் செயல்பட்டால் அந்தக் குறிப்பிட்ட செக்டார் மியூச்சுவல் ஃபண்ட் நல்ல லாபத்தைக் கொடுக்கும்.

செபி விதிமுறை

இந்தியப் பங்குச் சந்தை மற்றும் மியூச்சுவல் ஃபண்ட் துறையை நிர்வகிக்கும் செபி அமைப்பு, தீமெட்டிக் ஃபண்ட் மற்றும் செக்டோரல் ஃபண்ட் (Thematic Fund and Sectoral Fund) இரண்டையும் ஒரே பிரிவின் கீழ் வைத்திருக்கிறது. செபியின் விதிமுறைப்படி, எந்தத் துறை சார்ந்த ஃபண்டும், குறிப்பிட்ட அந்தத் துறையின் பங்கு மற்றும் பங்கு சார்ந்த முதலீடுகளில் குறைந்தபட்சமாக 80% தொகையை முதலீடு செய்திருக்க வேண்டும். செக்டோரல் ஃபண்ட்கள் என்று எடுத்துக்கொண்டால் பார்மா, இன்ஃப்ரா, பேங்க்கிங், ஐ.டிபோன்றவை முக்கியமானவை ஆகும்.

ஒரு குறிப்பிட்ட துறை சிறப்பாக வளர்ந்து கொண்டிருக்கிறது இன்னும் வளரும் என்கிற நிலையில் செக்டோரல் ஃபண்டுகளை மியூச்சுவல் ஃபண்ட் நிறுவனங்கள் புதிதாகப் கொண்டு வரும். அல்லது ஏற்கெனவே செயல்பட்டுக் கொண்டிருக்கும் அந்த ஃபண்ட்கள் குறித்த தகவல்களை விளம்பரங்கள், கட்டுரைகள் மூலம் முதலீட்டாளர்கள் கண்களில்படும்படி பரப்பும்.

செக்டார் ஃபண்டில் முதலீடு செய்யும் ஒருவர் கவனிக்க வேண்டிய 5 முக்கியமான விஷயங்களைப் பார்ப்போம்.

1. யார் முதலீடு செய்யலாம்..?

துறை சார்ந்த மியூச்சுவல் ஃபண்ட் முதலீட்டில் ரிஸ்க் மிக அதிகம். எனவே, புது முதலீட்டாளர்கள், மூத்தக் குடிமக்கள் இதைத் தவிர்ப்பது நல்லது. முதலீட்டில் ரிஸ்க் எடுக்கக் கூடியவர்கள் மற்றும் துறை சார்ந்த நுட்பமான அறிவு கொண்டவர்களுக்கு ஏற்றதாக இந்த ஃபண்ட் உள்ளது.

2. எவ்வளவு முதலீடு செய்யலாம்?

முதலீட்டின் அடிப்படை விதிமுறை பிரித்து முதலீடு செய்வதாகும். இதனை எப்போதும் பயன்படுத்த வேண்டும். அதன் அடிப்படையில் ஒருவர் பங்குச் சந்தை மற்றும் பங்கு சார்ந்த ஈக்விட்டி ஃபண்ட்களில் முதலீடு செய்யத் திட்டமிட்டிருக்கும் மொத்த முதலீட்டில் சுமார் 10 சதவிகிதம் முதல் 15% வரைதான் இந்த செக்டார் ஃபண்ட்களில் முதலீடு செய்ய வேண்டும். இப்படிச் செய்வது மூலம் மூலதனத்தை ஓரளவுக்குப் பாதுகாக்க முடியும்.

அதுவும் ஒரே செக்டார் ஃபண்டில் முதலீடு செய்வதற்குப் பதில், எதிர்காலத்தில் வளர்ச்சிக்கு வாய்ப்புள்ள ஓரிரு செக்டார் ஃபண்ட்களில் முதலீட்டைப் பிரித்து மேற்கொள்வது லாபகரமானது மற்றும் புத்திசாலித்தனமாகும்.

உதாரணத்துக்கு, தற்போதைய நிலையில் பார்மா, ஐ.டி, பேங்கிங் ஃபண்ட்களில் முதலீட்டைப் பிரித்து மேற்கொள்வது ரிஸ்கை குறைப்பதோடு, லாபத்தையும் கூட்ட உதவும் எனலாம்.

3. தொடர் கண்காணிப்பு அவசியம்..!

இந்த செக்டார் ஃபண்டுகளில் முதலீடு செய்துவிட்டு அப்படியே விட்டு விடக்கூடாது. தொடர்புடைய துறையைத் தொடர்ந்து நுட்பமாகக் கவனித்துக் கொண்டு இருக்க வேண்டியது அவசியமாகும். உதாரணத்துக்கு, கோவிட் பரவல் அதிகரித்த நிலையில் மருந்து பொருள்களுக்கான தேவை அதிகரித்ததால், மருந்து தயாரிப்பு நிறுவனங்களின் பங்குகளுக்குத் தேவைப்பாடு உயர்ந்தது. இதனால், அந்தப் பங்குகளின் விலை கணிசமாக உயர் ஆரம்பித்தன.

கூடவே, பார்மா ஃபண்ட்களுக்கும் நல்ல வளர்ச்சி கண்டன. கோவிட் முதல் அலை முடிவுக்கு வந்த நிலையில் இந்த பார்மா பங்குகள் மற்றும் ஃபண்ட்களின் வருமானம் குறைய ஆரம்பித்தது. இப்போது இறங்கி ஏறிக் கொண்டிருக்கிறது. சரியாகக் கணித்திருந்தால் முதல் அலை முடிவில் நல்ல லாபத்துடன் வெளியேறி இருக்க முடியும்.

4. இழப்புக்கான வாய்ப்பும் அதிகம்..!

செக்டார் ஃபண்ட்களில் அதிக ரிஸ்க் இருக்கிறது. அதிக வருமானத்துக்கு வாய்ப்பு இருக்கிறது எனப் பார்த்தோம். அதேசமயத்தில், இழப்புக்கான வாய்ப்பும் அதிகமாக உள்ளது. எனவே, குறிப்பிட்ட துறையைப் பற்றிய நுட்பமான அறிவு உள்ளவர்கள் மட்டுமே இந்த ஃபண்டில் முதலீடு செய்வது லாபகரமாக இருக்கும். குறிப்பிட்ட துறையின் செயல்பாடு மந்தமாகத் தொடங்கிவிட்டது மற்றும் அந்த துறை தயாரிக்கும் பொருள்களுக்கான தேவை குறையத் தொடங்கி

விட்டது என்றால் அதிகரித்திருக்கும் பணத்தை முழுமையாக அல்லது லாபத்தை வெளியே எடுப்பது அவசியம். அப்போதுதான் லாபத்தைத் தக்க வைக்க முடியும்.

5. மதிப்பீடு மிக முக்கியம்..!

முதலீட்டுக்காக செக்டார் ஃபண்டை தேர்வு செய்யும் போது மதிப்பீட்டை (Valuation) கவனிப்பது மிக முக்கியமாகும். சில மியூச்சுவல் ஃபண்ட் நிறுவனங்கள் கடந்த 2000-ம் ஆண்டின் ஐ.டி. ஃபண்ட்களை புதிதாக அறிமுகம் செய்தன. அப்போது ஐ.டி. பங்குகளின் மதிப்பீடு மிக அதிகமாக இருந்தது. இதேபோல் 2007-ல் இன்ஃப்ரா. பங்குகளின் மதிப்பீடு அதிகமாக இருந்தது. அப்போதும் சில மியூச்சுவல் ஃபண்ட் நிறுவனங்கள் புதிய இன்ஃப்ரா ஃபண்ட்களை வெளியிட்டன. இவற்றில் முதலீடு செய்தவர்கள் அதிக இழப்பீட்டைச் சந்தித்தனர்.

எனவே, மதிப்பீடு மிக முக்கியம் என்பதை முதலீட்டாளர்கள் நினைவில் நிறுத்திக்கொள்ள வேண்டியது அவசியமாகும். அதிக வருமானம் பெற செக்டார் ஃபண்ட்கள் உதவி செய்யும். ஆனால், அதை ரிஸ்க் அறிந்து அளவோடு வாங்குவது புத்திசாலித்தனமாகும்.

$ $ $ $ $

– 10 –
முன்கூட்டியே இளம் வயதில் பணி

ஓய்வு பெற விரும்புகிறீர்களா? இந்த 4 விஷயங்களைக் கவனித்தால் போதும்.

காட்டுத் தீ போல் ஒரு தீ (FIRE) வேகமாகப் பரவி வருகிறது. இந்த ஃபயர் என்பதன் விரிவாக்கம் "Financial Independence and Retire Early" ஆக இருக்கிறது. அதாவது நிதிச் சுதந்திரம் மற்றும் முன்கூட்டியே ஓய்வு என்பதாக இருக்கிறது. இளம் வயதிலேயே பணி ஓய்வு பெறச் சேமிப்பு, முதலீடு மற்றும் நிதிப் பழக்கங்களில் நிறைய விடாமுயற்சி, நுண்ணறிவு மற்றும் அர்ப்பணிப்பு தேவை. நீங்கள் இளைஞராக இருக்கும்போதே செல்வத்தைச் சேர்த்து வந்தால் இளம் வயதிலேயே நிம்மதியாக ஓய்வு பெற முடியும்.

முன் கூட்டியே அதாவது வழக்கமான 58 அல்லது 60 வயதுக்கு முன்பே 45 வயது அல்லது 50 வயதில் பணி ஓய்வுப் பெற மற்றும் நிதிச் சுதந்திரம் அடைய நீங்கள் சில பழக்க வழக்கங்களைக் கடைப்பிடிப்பது அவசியயமாகும்.

இந்தப் பழக்கங்களை நீங்கள் கடைப்பிடித்தால் அதுவே உங்கள் செல்வத்தைப் பன்மடங்காகப் பெருக்கிவிடும்.

1. நிதிக் கட்டுப்பாடு கட்டாயம்

இளம் வயதில் முன்கூட்டியே ஓய்வு பெறத் திட்டமிடுபவர்கள் சம்பளம் அல்லது வருமானத்தை அதிகரித்தல், வேலை மற்றும் தொழிலில் முன்னேற்றம் மற்றும் செலவுகளைக் குறைத்தல் போன்ற விஷயங்களில் விடாமுயற்சியுடன் திட்டமிட்ட பாதையில் தொடர வேண்டும். எதிர்காலத்தைத் திட்டமிடும் போது - செலவுகளின் மீது முழுமையான கட்டுப்பாட்டைக் கொண்டிருக்க வேண்டும். உங்களின் நிகர சொத்து மதிப்பு உங்களுக்குத் தெரிய வேண்டும். மேலும் ஆண்டுக்கு எவ்வளவு செலவழிக்க வேண்டும் என்பதையும் கணக்கிட வேண்டும். அதன்படி செயல்படும்பட்சத்தில் நிச்சயம் முன்கூட்டியே பணி ஓய்வு பெறுவதுடன் நிதிச் சுதந்திரத்தையும் அடைய முடியும்.

உங்களுடைய செலவுகளை முழுமையாகக் கண்காணிக்க வேண்டும். செலவு ஒரு போதை போன்றது. ஆனாலும் செலவுகளைக் கண்காணித்து கட்டுக்குள் வைத்திருந்தால் மட்டுமே நினைத்த தொகுப்பு நிதியை அடைந்து விரைவிலேயே வேலை, தொழிலிருந்து முன் கூட்டியே விடுதலை அடைந்து நிதிச் சுதந்திரத்தை அடைய முடியும்.

2. குடும்பச் செலவுகளைக் குறைக்க வேண்டும்

குடும்பச் செலவுகளை முடிந்த வரைக்கும் குறைக்க வேண்டும். அப்படிச் செய்யும் போது உங்களிடம் அதிகப் பணம் சேர்ந்து, அது நிதி சார்ந்த முதலீடாக மாறும். பல்வேறு சொத்து பிரிவுகளில் முதலீடு செய்ய

முடியும். அடுத்து ஆடம்பரமான பெரிய வீடுகளில் அதிகப் பணத்தை முடக்கக் கூடாது. போதிய வசதி உள்ள அடக்கமான வீட்டில் வசிப்பது அவசியம். அடுத்தவர்கள் நம்மை மதிக்க வேண்டும் எனப் பெரிய பங்களா வீடு கட்டினால் அல்லது வாங்கினால் உங்கள் பணம் அதில் முடங்கிவிடும்.

இப்போதெல்லாம் வீட்டு வாடகை வருமானம் என்பது சொத்து மதிப்பில் சுமார் 3 சதவிகித அளவுக்குத்தான் இருக்கிறது. எனவே, வீடு வாங்கி வாடகைக்கு விட்டு வருமானம் சம்பாதிப்பது அதுவும் வீட்டுக் கடன் மூலம் வீடு வாங்கி வாடகைக்கு விடுவது லாபகரமான விஷயமில்லை. வீட்டுக் கடனுக்குக் கட்டும் மாதத் தவணையை நீண்ட கால நோக்கில் நல்ல பங்குப் பங்குகள் மற்றும் பங்குச் சந்தை சார்ந்த மியூச்சுவல் ஃபண்ட் திட்டங்களில் முதலீடு செய்து வந்தால், அதுவே நீங்கள் முன் கூட்டியே பணி ஓய்வு பெறுவதற்குத் தேவையான தொகுப்பு நிதியைச் சேர்த்துக் கொடுத்துவிடும்.

3. சம்பளம்/வருமானத்தை அதிகரிப்பதில் கூடுதல் கவனம் தேவை

முன் கூட்டியே இளம் வயதிலேயே ஓய்வு பெறத் திட்டமிட்டால் சேமிப்பை அதிகரிப்பது. செலவைக் குறைப்பதால் மட்டும் அது நடந்துவிடாது. உங்களின் சம்பளம்/வருமானத்தை அதிகரிப்பது மிக முக்கியமாகும். சம்பளம் அதிகரிக்கும் போது லைஃப் ஸ்டைலை (வாழ்க்கை முறை) உயர்த்த செலவை அதிகரிப்பதற்குப் பதில் முதலீட்டை அதிகரித்து வர வேண்டும்.

ஆரம்பத்தில் சேமிப்பு மற்றும் முதலீட்டுக்கு 20-30 சதவிகிதம் என ஒதுக்கி இருந்தால், அதனைச் சம்பளம்/ வருமானம் அதிகரிக்க அதிகரிக்க 40-50% என அதிகரித்து வர வேண்டும். இந்த சதவிகிதம் எவ்வளவு அதிகமாக இருக்கிறதோ, அந்த அளவுக்கு விரைவாக ஓய்வு பெற முடியும்.

4. வேலை, முதலீட்டில் ரிஸ்க் எடுப்பது அவசியம்

பலர் வேலை/தொழில் மற்றும் முதலீட்டில் ரிஸ்க் எடுக்காமல் இருக்கிறார்கள். இது போன்றவர்களால் சரியான வயதில் ஓய்வு பெற்றாலும் அவர்களிடம் போதிய தொகுப்பு நிதி இருக்காது. சாலையில் இரு சக்கர வாகனம் ஓட்டும் போது ஹெல்மெட் அணிந்தும், கார் ஓட்டும் போது ஷீட் பெல்ட் அணிந்தும் ரிஸ்கை குறைக்கிறோம். அதே போல், முதலீட்டில் ரிஸ்கை குறைக்கப் பல வழிகள் உள்ளன. இளம் வயது முதலே முதலீடு செய்து வருவது, முதலீட்டைப் பலவேறு சொத்துப் பிரிவுகளில் பிரித்துச் செய்வது போன்றவற்றை ரிஸ்க் குறைக்கும் முக்கிய வழிகளாக குறிப்பிடலாம்.

மேற்கண்ட நான்கு பழக்கங்களை ஒருவர் தொடர்ந்து கடைப்பிடித்தால் இளம் வயதிலேயே போதிய தொகுப்பு நிதியுடன் ஓய்வு பெற்றுவிடலாம்.

தங்கத்தில் அதிக முதலீடு வேண்டாம்..!

தங்கத்தில் முதலீடு செய்வது என்பது முதலீட்டுக் கலவைக்கு ஒரு பாதுகாப்பாகவும் பண வீக்க விகிதத்தைச் சமாளிப்பதாகும் இருக்கிறது. ஆனால், அதன் விலை உயர்வு என்பது நிலையாக இல்லை. பல ஆண்டுகள் விலை ஏற்றம் இல்லாமல் இருந்திருக்கிறது. திடீரென அதிகமாக விலை ஏறிவிட்டு, அதே வேகத்தில் பழைய விலைக்கு வந்துவிடுவதும் நடக்கிறது. மேலும், தங்கம் என்பது நிறுவனப் பங்குகள், மியூச்சுவல் ஃபண்ட் போல் ஒரு வளர்ச்சி சொத்து (Growth Asset) இல்லை.

இளம்வயதில்ஓய்வுபெறதிட்டமிட்டிருப்பவர்கள் அவர்களின் முதலீட்டுக் கலவையில் சுமார் 10 அளவுக்குத் தங்கத்தில் முதலீடு செய்தால் போதும். அதுவும் கோல்டு இ.டி.எஃப், கோல்டு சேவிங்ஸ் ஃபண்ட், கோல்டு பாண்ட் ஆகியவற்றில்தான் மேற்கொள்ள வேண்டும். அணிந்து அழகு பார்க்க வாங்கும் தங்க நகை இதில் சேராது.

$ $ $ $ $

11

மியூச்சுவல் ஃபண்ட் முதலீடு: கவனிக்க வேண்டிய ஐந்து முக்கிய அம்சங்கள்..!

சந்தை அபாயத்துக்கு உட்பட்டது என்றாலும் அண்மைக்காலத்தில் அதையும் தாண்டி மியூச்சுவல் ஃபண்ட் முதலீட்டுக்கு முதலீட்டாளர்கள் அதிக வரவேற்பு கொடுக்க ஆரம்பித்திருக்கிறார்கள். அதுவும் சிறு முதலீட்டாளர்களின் முதலீடு மிகவும் அதிகரித்துள்ளது.

கடந்த 2017-ம் ஆண்டு மார்ச் மாதத்தில் சிஸ்டமேட்டிக் இன்வெஸ்ட்மென்ட் பிளான் (எஸ்.ஐ.பி) மூலம் மியூச்சுவல் ஃபண்டில் செய்யப்பட்ட முதலீடு ரூ. 4,335 கோடியாக இருந்தது. இந்தத் தொகை 2019 மார்ச் மாதத்தில் ரூ. 8,055 கோடியாக அதிகரித்துள்ளது. இது 2021 மார்ச்-ல் 9,182 கோடி ரூபாயாக உயர்ந்துள்ளது. 2021 நவம்பர் மாதத்தில் ரூ. 11,000 கோடியை தாண்டி சாதனை படைத்துள்ளது.

1. ஃபண்ட் தேர்வு

சரியான மியூச்சுவல் ஃபண்டை தேர்வு செய்யும்பட்சத்தில் அது நீண்ட காலத்தில் உங்களின் முதலீட்டைப் பன்மடங்காகப் பெருக்கி கொடுக்கும்.

ஒருவரின் நிதித் தேவையை நிறைவேற்றும் சரியான ஃபண்டை தேர்ந்தெடுப்பது என்பது மிகவும் கடினமான காரியமாக இருக்கிறது. ஒரு காலத்தில் இந்திய மியூச்சுவல் ஃபண்ட் துறையில் கிட்டத்தட்ட 8,000 -க்கும் மேற்பட்ட ஃபண்ட்கள் இருந்தன. அது இப்போது செபி அமைப்பின் புதிய வரையறை மற்றும் மாற்றத்திற்குப் பிறகு சுமார் 800 ஃபண்ட்ங்களாக குறைந்திருக்கிறது.

முதலீட்டில் சில அம்சங்களைப் பின்பற்றுவது மூலம் ஒருவர் சரியான ஃபண்டை தேர்வு செய்ய முடியும். அதற்கு முன் உங்களின் முதலீட்டு நோக்கம் என்ன?, எவ்வளவு காலத்திற்கு முதலீடு செய்யப்போகிறீர்கள்? எதிர்பார்க்கும் தொகுப்பு நிதி எவ்வளவு? மற்றும் உங்களின் ரிஸ்க் எடுக்கும் திறன் ஆகியவற்றைத் தெளிவுபடுத்திக் கொள்ள வேண்டும்.

2. வருமானம்

மியூச்சுவல் ஃபண்ட் மூலம் நீண்ட காலத்தில் செல்வம் சேர்க்கநினைப்பவர்கள் எப்போதும் குரோத் ஆப்ஷன்-ஐ தான் தேர்வு செய்ய வேண்டும். முதலீட்டுக்கு நீங்கள் தேர்வு செய்ய போகிற ஃபண்டு கடந்த 10 ஆண்டுகளாக, ஆண்டுக்குச் சராசரியாக என்ன வருமானம் கொடுத்திருக்கிறது என்று பார்க்க வேண்டும். இந்தப் பத்தாண்டுகளில் பங்குச் சந்தை குறைந்தபட்சம் ஒரு மிகப் பெரிய ஏற்றம் மற்றும் ஒரு மிகப்பெரிய இறக்கத்தைச் சந்தித்திருக்கும். அந்த வகையில் ஒரு ஃபண்ட்-ன் உண்மையான நீண்ட கால முதலீட்டுத் திறன், கடந்த 10 ஆண்டுகளின் வருமானத்தை அலசி

ஆராய்வது மூலம் தெரியவரும். குறுகிய காலத்தில் குறிப்பாகக் கடந்த ஓராண்டுக் காலத்தில் ஒரு ஃபண்ட் கொடுத்திருக்கும் வருமானத்தை வைத்து மட்டுமே அந்த ஃபணடில் முதலீடு செய்வதற்கான முடிவை எடுக்கக் கூடாது

நீண்ட கால ஆராய்ச்சி என்பது அந்த ஃபண்ட் குறித்த ஒரு தெளிவான மற்றும் நிலையான கருத்தை நமக்கு அளிக்கும். மேலும் சந்தை ஏற்றத்தின் போது அந்த ஃபண்ட் எப்படிச் செயல்பட்டிருக்கிறது. சந்தை இறக்கத்தின் போது எப்படிச் செயல்பட்டிருக்கிறது என்பதையும் கவனிக்க வேண்டும்.

ஏற்ற சந்தையில் ஒரு ஃபண்ட் சிறப்பாகப் செயல்படுவது ஒன்றும் பெரிய விஷயமில்லை. சந்தை இருக்கும்போது அந்தக் குறிப்பிட்ட ஃபண்ட் எந்த அளவுக்கு இறக்கம் கண்டிருக்கிறது, சந்தையை விட அதிக இறக்கம் கண்டிருக்கிறதா, இல்லை சந்தையை விடக் குறைவாக இறக்கம் கண்டிருக்கிறதா என்பதைக் கவனிக்க வேண்டும். சந்தை ஏறும் போது சந்தை விட அதிகமாகவும் சந்தை இறங்கும்போது சந்தையை விடக் குறைவான இறக்கத்தைக் கொண்டிருக்கும் ஃபண்ட் சிறந்ததாக இருக்கும். இந்த ஃபண்டின் மூலம் நிர்வகிக்கப்பட்டு வரும் தொகை அதிகமாக இருப்பது நல்லது. அதாவது அந்த குறிப்பிட்ட ஃபண்டின் மீது நம்பிக்கை கொண்டு அதிகம் பேர் முதலீடு செய்திருக்கிறார்கள் என்பது அதன் அதிக நிர்வகிக்கும் தொகை நமக்குச் சுட்டிக் கட்டும் விஷயமாகும்.

3. ரிஸ்க்

எத்தனை ஆண்டுகளுக்கு முதலீட்டைத் தொடரப் போகிறீர்கள் என்பதைப் பொருத்து எந்த வகையான ஃபண்டை முதலீட்டுக்குத் தேர்வு செய்ய வேண்டும் என்பது தெளிவாகும். உங்களின் முதலீட்டுக் காலம் குறுகியதாக இருந்தால் கடன் ஃபண்ட்களிலும் நடுத்தர காலமாக இருந்தால் ஹைபிரிட் ஃபண்ட்களிலும் நீண்ட காலமாக இருந்தால் பங்குச் சந்தை சார்ந்த ஈக்விட்டி ஃபண்ட்களிலும் முதலீடு செய்ய வேண்டும். இதனை மாற்றிச் செய்யும் போது முதலீட்டில் ரிஸ்க் அதிகரிக்கிறது.

பல முதலீட்டுத் திட்டங்களை விட ஈக்விட்டி மியூச்சுவல் ஃபண்டுகள் நீண்ட காலத்தில் அதிக வருமானத்தைத் தருகின்றன. இதற்கு முக்கிய காரணம் ஈக்விட்டி ஃபண்ட் முதலீட்டில் ரிஸ்க் இருந்தாலும் அந்த ரிஸ்க் நீண்ட காலத்தில் பரவலாக்கப்பட்டு அதிக வருமானமாக மாறுகிறது.

அதாவது ரிஸ்க் எடுக்கும் முதலீட்டாளர்களுக்கு ரிவார்டு அதாவது அதிக வருமானம் கிடைக்கிறது. அதே நேரத்தில் குறுகிய காலத்தில் ஈக்விட்டி ஃபண்டுகளில் மூலதன இழப்பு கூட ஏற்படும். அதனைத் தாங்கும் சக்தி இருப்பவர்கள்தான் ஈக்விட்டி மியூச்சுவல் ஃபண்ட் முதலீட்டை தேர்வு செய்ய வேண்டும். ஈக்விட்டி மியூச்சுவல் ஃபண்டுகளில் எப்போதும் வருமானத்தைத் துரத்தி செல்லக்கூடாது. முதலீடு செய்வது என்பது திரில்லிங் கிடையாது. அது போர் அடிக்கிற ஒரு விஷயமாகும் ஆனால் நிலையாகத் தொடர்ந்து முதலீடு செய்து கொண்டிருக்கும் போது நீண்ட காலத்தில் நல்ல வருமானம் கிடைக்க வாய்ப்பிருக்கிறது.

4. செலவு விகிதம் முக்கியம்

மியூச்சுவல் ஃபண்ட் முதலீட்டில் நிறுவனத்திற்கு பல்வேறு செலவுகள் இருக்கின்றன. அந்தச் செலவுகளை நிறுவனங்கள் முதலீட்டாளர்களிடம் இருந்துதான் பெற்றுக்கொள்கின்றன.

உதாரணத்திற்கு, நிர்வாகக் கட்டணம் தொடங்கி நிறுவனத்தின் பணியாளர்கள் சம்பளம் வரை மியூச்சுவல் ஃபண்ட் கொடுக்கும் வருமானத்தில்தான் எடுக்கப்படுகிறது. மொத்த செலவு விகிதம் என்கிற ஒன்றை அண்மை ஆண்டுகளில் செபி அமைப்பு அறிமுகப்படுத்தியது. அதன்படி சுமார் 0.25% என்பதில் தொடங்கி 2.5% வரை மியூச்சுவல் ஃபண்டில் முதலீடு செய்வதற்கான செலவு விகிதம் இருக்கும். ஒரு ஃபண்டு மூலம் நிர்வகிக்கப்படும் தொகை எவ்வளவுக்கெவ்வளவு அதிகமாக இருக்கிறதோ அதற்கு ஏற்ப செலவு விகிதம் குறைவாக இருக்கும்.

அதே நேரத்தில் சில திட்டங்களில் இயற்கையாகவே செலவினத்தைக் குறைவாக வைத்திருப்பார்கள். உங்களுடைய வருமானம் ஆண்டுக்குச் சராசரியாக 12 சதவிகிதம், செலவு இரண்டு சதவிகிதம் என்றால் கிடைக்கும் வருமானம் 10 சதவிகிதமாகக் குறைந்துவிடும். அந்த வகையில் செலவு விகிதத்தையும் கவனிப்பது அவசியம்.

அதே நேரத்தில் அபரிமிதமாக வருமானம் தரும் மியூச்சுவல் ஃபண்ட் திட்டங்களில் செலவு விகிதம் அதிகமாக இருந்தாலும் பெரிதாகக் கவலைப்படத் தேவையில்லை.

மியூச்சுவல் ஃபண்ட் முதலீட்டை வெளியே எடுக்கும்போது வெளியேறு கட்டணம் ஏதும் இருக்கிறதா என்பதைக் கவனிக்க வேண்டும். ஆறு மாதம் அல்லது ஓராண்டுக்குள் மியூச்சுவல் ஃபண்ட் முதலீட்டை வெளியே எடுக்கும்பட்சத்தில் 0.5% முதல் 1%ம் வரை வெளியேறும் கட்டணம் செலுத்த வேண்டி வரும். இந்தக் கட்டணத்தையும் கருத்தில் கொண்டு செயல்படுவது லாபகரமாக இருக்கும்.

5. வருமானவரி அனுகூலம்

பொதுவாக எந்த ஒரு முதலீடாக இருந்தாலும் அதன்மூலம் கிடைக்கும் வருமானத்துக்கு வரி உண்டா, எவ்வளவு வரி, வரி அனுகூல வசதி உண்டா போன்றவற்றைக் கவனித்து முதலீடு செய்ய வேண்டும்.

ஈக்விட்டி மியூச்சுவல் ஃபண்ட் என்கிறபோது டிவிடெண்ட் ஆப்‌ஷன் தேர்வு செய்யும்பட்சத்தில் டிவிடெண்ட் வருமானத்துக்கு வருமான வரி வரம்புக்கு ஏற்ப வரி கட்ட வேண்டி வரும் இதுவே குரோத் ஆப்‌ஷனை தேர்வு செய்யும் ஓராண்டு கழித்து வெளியே எடுக்கும்போது நீண்ட கால மூலதன ஆதாயத்தில் ரூ.1 லட்சம் வரை வரி கட்ட வேண்டி இருக்காது. அதற்கு மேற்பட்ட தொகைக்கு 10% மட்டுமே வரி கட்ட வேண்டியிருக்கும். பங்குச் சந்தை சார்ந்த சேமிப்பு மியூச்சுவல் ஃபண்ட் திட்டமான இ.எல்.எல். எஸ் திட்டத்தில் முதலீடு செய்யும்போது முதலீட்டுத் தொகைக்கும் வரிச்சலுகை கிடைக்கிறது. மேலும் மூலதன ஆதாயத்திலும் நிதி ஆண்டில் நிபந்தனைக்கு உட்பட்டு ரூ.1 லட்சம் வரை வரிச்சலுகை கிடைக்கிறது.

இதுவே கடன் ஃபண்டுகள் என்கிறபோது மூன்று ஆண்டுகளுக்கு மேற்பட்ட முதலீடுகளின் யூனிட்களை விற்கும்போது பணவீக்க விகித சரிகட்டலுக்கு பிறகு 20% வரி கட்டினால் போதும். கடன் ஃபண்ட்களில் மூன்றாண்டுகளுக்கு முன் யூனிட்களை விற்றால் லாபத்துக்கு, அவரவர் வருமான வரி வரம்புக்கு ஏற்ப வரிக் கட்ட வேண்டி வரும்.

மேற்கண்ட ஐந்து அம்சங்களை மனதில் கொண்டு ஒரு மியூச்சுவல் ஃபண்ட் திட்டத்தில் முதலீடு செய்யும்போது லாபகரமாக இருக்க அதிக வாய்ப்புள்ளது.

$ $ $ $ $

12

சொத்து, செல்வம் பிரிப்பு: சண்டை, சச்சரவு, பகை இல்லாமல் குடும்ப உறவு தொடர 4 வழிகள்..!

உங்களின் உயில் (Will) மற்றும் வாழ்நாள் முழுவதும் சம்பாதித்த செல்வம் மற்றும் சொத்துகள் (Wealth and Assets) ஆகியவை நீங்கள் இந்த உலகில் இல்லாத போது குடும்ப உறுப்பினர்கள் இடையே முரண்பாட்டை ஏற்படுத்தலாம். அவர்களுக்குள் சண்டை, சச்சரவு, பகை ஏற்பட வாய்ப்பு இருக்கிறது. இதனைத் தவிர்க்க ஒரு விரிவான உயில் எழுதுவது அவசியம். இதன் மூலம் உடன்பிறந்தவர்கள் இடையே உறவு சீராகத் தொடர்வதை உறுதி செய்வது பெற்றோரின் கடமை மற்றும் பொறுப்பாகும்.

குடும்ப உறுப்பினர்களுக்குச் சரியான முறையில் செல்வம் மற்றும் சொத்தை பிரித்துக் கொடுக்காமல் செல்லும் பெற்றோர்களால் குடும்பத்திற்குள் சண்டை ஏற்படுத்தலாம்.

1. நியாயமாகப் பிரித்துக் கொடுக்கவும்..!

நியாயம் என்பது குடும்ப உறுப்பினர்கள் அனைவருக்கும் செல்வம் மற்றும் சொத்தை சமமாக

பிரித்துக்கொடுப்பது என்பதல்ல. உண்மையில் நியாயம் என்பது குடும்ப உறுப்பினர்களில் யாருக்கு என்ன திறமை, தகுதி, வசதி வாய்ப்புகள் இப்போது இருக்கின்றன என்பதற்கு ஏற்ப சொத்து, செல்வத்தை பிரித்துக் கொடுப்பதாகும். ஒவ்வொருவருக்கும் ஒவ்வொரு விதமாகப் பிரித்துக் கொடுப்பது குடும்ப உறுப்பினர்கள் இடையே மனக் கஷ்டத்தை ஏற்படக் கூடும். இதை, தவிர்க்க, நியாயத்தை விளக்குவது பெற்றோரின் பொறுப்பாகும்.

ஏன் இப்படிப் பிரித்துக்கொடுக்கப்படுகிறது என்பதை உயிலில் விரிவாக எழுதி வைப்பது நல்லது. முடிந்தால் குடும்ப உறுப்பினர்கள் அனைவரையும் ஒன்றாக அமர வைத்து அவர்களிடம் விளக்கிச் சொல்லி விஷயத்தைப் புரிய வைத்து அதன்படி கூட செல்வம் மற்றும் சொத்துகளைப் பிரித்து உயில் எழுதி வைக்கலாம்.

உதாரணத்துக்கு ஒருவருக்கு வணிகம் மற்றும் ரியல் எஸ்டேட் சொத்து இருக்கிறது என்று என்று வைத்துக்கொள்வோம். அவருக்கு இரு மகன்கள் இருந்தால் யாருக்கு எதில் ஆர்வம் இருக்கிறது என்பதைக் கேட்டு தெளிவுபடுத்தி, அதன் அடிப்படையில் உயில் எழுதி வைப்பது நல்லது.

இதனால், பிற்காலத்தில் குடும்ப உறுப்பினர்கள் இடையே *சண்டை சச்சரவு* ஏற்படுவது தடுக்கப்படும். இது குடும்ப உறுப்பினர்கள் நடத்தும் தொழில் மற்றும் வணிகத்துக்கும் பொருந்தும்.

2. அனைத்து சொத்து மற்றும் செல்வங்களைப் பட்டியலிடுங்கள்..!

உயிலில் அனைத்து சொத்து மற்றும் செல்வங்களைப் பட்டியலிடாமல் இருப்பது மற்றும் ஏற்கெனவே எழுதிக் கொடுத்த சொத்து விவரங்களை உயிலில் எழுதாமல் விடுவது குடும்ப உறுப்பினர்கள் இடையே சண்டை, சச்சரவு உருவாகக் காரணமாக இருக்கக்கூடும். உதாரணத்துக்கு, கல்யாணமான மூத்த மகனுக்க்ச் சொந்த வீடு கட்ட, 3 சென்ட் நிலம் ஏற்கெனவே கொடுக்கப்பட்டிருக்கும். அந்த விவரம் உயிலில் இடம் பெற்றிருக்காது. இதனை மனதில் வைத்து அவருக்குச் சொத்தில் மனை எதுவும் கொடுக்காமல் உயில் மூலம் எழுதி வைக்கப்பட்டிருக்கலாம். இந்த நிலையில் அந்த மூத்த மகன் எனக்கு உயிலில் மனை இடம் எதுவும் எழுதி வைக்கவில்லை, எனக்கும் மனை இடத்தில் பங்கு வேண்டும் எனப் பெற்றோரின் மறைவுக்குப் பிறகு பிரச்சினை செய்யக் கூடும். எனவே, ஏற்கெனவே கொடுக்கப்பட்ட சொத்துகளையும் உயில் குறிப்பிடுவது மூலம் குடும்ப உறுப்பினர்கள் இடையே உங்களின் மறைவுக்கு பிறகுப் பிரச்சினை ஏற்படுவதைத் தவிர்க்க முடியும்.

3. உயிலை அமல்படுத்துபவரை நியமியுங்கள்..!

உயில் சரியாக அமல்படுத்தப்பட, அதற்கென சரியான அமல்படுத்துபவரை நியமிப்பது கட்டாயாகும். இந்த உயில் அமல்படுத்துபவர் (Will Executioner) குடும்ப நண்பர், நம்பகமான நிதி ஆலோசகர், குடும்பத்திலுள்ள

மூத்த உறுப்பினர் என யார் வேண்டுமானாலும் இருக்கலாம்.

இவர்களில் யாராக இருந்தாலும் அவர்கள் குடும்ப உறுப்பினர்கள் இடையே நியாயமாக நடந்துகொள்பவர்களாக இருப்பது அவசியம். மேலும், அவர் அனைத்து குடும்ப உறுப்பினர்களாலும் ஏற்றுக் கொள்ளக் கூடியவர்களாக இருப்பது அவசியம்

4. சட்ட விதிமுறைகளைப் பின்பற்றவும்

உயில் என்பது உங்களின் சொத்துகளின் சட்டப்படியான பிரகடனம் (Legal Declaration) ஆகும். உயில் குறித்து ஏதாவது பிரச்சினை வந்தால், பதிவு செய்யப்பட்ட உயில் என்றால், உயிலில் உள்ளபடி அமல்படுத்துவதற்கான வாய்ப்புகள் அதிகமாகும். உயிலை சார் பதிவாளர் அலுவலகத்தில் பதிவு செய்தால் நல்லது. இந்த உயிலில் இரண்டு சாட்சிகள் கையொப்பம் செய்ய வேண்டும். மேலும், உயிலை எழுதியவர் நல்ல மனநிலையில் இருக்கும் போதுதான் இதனை எழுதினார் என மருத்துவர் ஒருவர் சான்று அளிக்க வேண்டும்.

$ $ $ $ $

13

கடன் வாங்கும் போது கவனிக்க வேண்டிய 7 முக்கிய தங்க விதிமுறைகள்..!

இன்றைய நவீன வாழ்க்கை முறையில் குடும்பத்தின் தேவைகள் மற்றும் ஆசைகளை நிறைவேற்றுவதற்கும் அதிகப் பணம் தேவைப்படுகிறது. இதனை நிறைவேற்றத் தயங்காமல் கடன் வாங்கும் மனநிலைக்கு நம்மவர்களில் பலர் மாறியிருக்கிறார்கள். இவர்களுக்கு உதவும் விதமாக வங்கிகள், நிதி நிறுவனங்கள் ஆகியவை போட்டி போட்டுப் போட்டுக் கொண்டு கடன் வழங்குகின்றன. அதுவும் விரைவு கடன், உடனடி கடன், ஆப் மூலமான கடன் எனப் பல கடன்கள் சில நிமிட நேரங்களில் கிடைத்துவிடுகின்றன.

கடன்களை வாங்கும் போது கவனிக்க வேண்டிய ஏழு தங்க விதிமுறைகளை இங்கே பார்ப்போம்.

தங்க விதிமுறை 1: தகுதிக்கு மீறிய கடன் வேண்டாம்.

உங்களால் மாதம் எவ்வளவு தொகையை (இ.எம்.ஐ) சிக்கல் இல்லாமல் தொடர்ந்து கட்ட முடியும் என்பதைக் கணக்கிட்டு அதற்கு ஏற்ப கடன் வாங்கவும். எப்போதும்

தகுதிக்கு மீறிய பெரிய தொகையைக் கடனாக வாங்கக் கூடாது.

வாழ்க்கை முறை ஆசைகளை (Lifestyle Wants) பூர்த்தி செய்ய நுகர்வோர் கடன் அல்லது தனிநபர் கடன் வாங்கும் போது, உங்களின் மாதச் சம்பளத்தில் 10 சதவிகிதத்துக்கு மேல் இ.எம்.ஐ போகாமல் பார்த்துக்கொள்ளுங்கள். இது ஒரு பொதுவான விதிமுறை (Thumb Rule) ஆகும். இதனை விடக் குறைவாக இருப்பது எப்போதும் நல்லதாகும்.

இன்றைய இளைஞர்களில் பலர் அவர்களின் மாதத் தவணையில் 40 சதவிகிதம் வரைக்கும் கூட நுகர்வோர் கடன் மற்றும் தனிநபர் கடன்களை வாங்கி இருக்கிறார்கள். மோசமான கடன்கள் (Bad Loans) பட்டியலில் இருக்கும் இந்தக் கடன்களை அதிகம் வாங்கும் போது ஒருவருக்கு இவை தேவையில்லாத செலவாக அமைவதோடு, வட்டி சுமையானது அவரிடம் செல்வம் (Wealth) சேருவதைத் தடுக்கிறது.

தங்க விதிமுறை 2: முதலீட்டு நோக்கில் வீட்டுக் கடன் வாங்குவது லாபம் அல்ல..!

வீட்டுக் கடன் நல்லக் கடன் என்பதோடு, அது நீண்ட கால கடன் என்பதால் சம்பளத்தில் 30% வரை அதன் இ.எம்.ஐ இருக்கலாம். இந்தக் கணக்கு குடியிருப்பதற்காக வாங்கும் வீட்டிற்குத்தான். முதலீட்டு நோக்கில் அல்லது இரண்டாவது வீட்டைக் கடனில் வாங்குவது அவ்வளவு லாபகரமாக இருக்காது. காரணம், வீட்டுக் கடன் தொகை அல்லது வீட்டின் மதிப்பை ஒப்பிடும் போது சுமார் 2-3%தான் வாடகை வருமானம் உள்ளது.

தங்க விதிமுறை 3: கடன் தவணைக் காலம் குறுகியதாக இருப்பது நல்லது.

பொதுவாக, பெரும்பாலோர் குறைவான மாதத் தவணை இருக்கும் என்பதால் நீண்ட காலத்தில் கடனை கட்டவே விரும்புவார்கள். இதனால், நீண்ட காலத்தை தேர்வு செய்து விடுகிறார்கள்.

வீட்டுக் கடன் என்பது பெரிய தொகையாக இருக்கும் என்பதால் அதனை நீண்ட காலத்தில்தான் சுலபமாகத் திரும்பச் செலுத்த முடியும். மேலும், அதில் திரும்பக் கட்டும் அசல் (80சி பிரிவின் கீழ் நிபந்தனைக்கு உட்பட்டு நிதி ஆண்டில் ரூ. 1.5 லட்சம்) மற்றும் வட்டிக்கு (24 பிரிவின் கீழ் நிதி ஆண்டில் ரூ. 2 லட்சம்) வரி விலக்கு இருக்கிறது.

எனவே, வீட்டுக் கடன் தவிர்த்து இதரக் கடன்களான தனிநபர் கடன்கள், நுகர்வோர் கடன்கள், கார் கடன்கள் போன்றவற்றை வாங்கும்போது கடனைக் கட்டும் காலம் குறுகியதாக இருப்பது நல்லது. அப்போதுதான் வட்டிக்குச் செல்லும் தொகை குறைவாக இருக்கும். மேலும், கடன் தவணை தொகையை அதிகரித்து, தவணைக் காலத்துக்கு முன் கட்டி முடிக்கும்பட்சத்தில் சிபில் ஸ்கோர் அதிகரிக்க வாய்ப்பு இருக்கிறது.

தங்க விதிமுறை 4: முதலீடு செய்யக் கடன் வாங்க வேண்டாம்

பல நேரங்களில் அதிக வருமானம் தரும் திட்டங்கள் என எஸ்.எம்.எஸ்கள் வருகின்றன. இவை கிட்டத்தட்ட மோசடி திட்டங்களாக இருக்கும். அதிக வருமானத்துக்கு ஆசைப்பட்டு, கையில் பணம் இல்லை என்றால் சிலர்

கடன் வாங்கியாவது இந்தத் திட்டங்களில் முதலீடு செய்துவிடுகிறார்கள்.

இப்படி கடன் வாங்கி முதலீடு செய்யும் போது, முதலுக்கு மோசம் ஏற்படுவதோடு, தேவையில்லாமல் வட்டியும் கட்ட வேண்டி வரும். எனவே, எப்போதும் கடன் வாங்கி முதலீடு செய்வதை தவிர்ப்பது நல்லது.

மேலும், கடன் வாங்கி சுற்றுலா செல்வதையும் தவிர்க்கலாம். பலரும் இப்படி சுற்றுலா சென்றுவிட்டு அடுத்து வரும் மாதங்களில் கடன் தவணையை ஒழுங்காகக் கட்ட முடியாமல் நிம்மதி இல்லாமல் தவிப்பதை நடைமுறையில் பார்க்க முடிகிறது.

தங்க விதிமுறை 5: கடன் காப்பீடு கட்டாயம்..!

நீங்கள் எந்தக் கடன் வாங்கினாலும் அதற்கு இணையான தொகைக்கு ஆயுள் காப்பீடு எடுத்துக்கொள்வது அவசியம். குறிப்பாக, வீட்டுக் கடன் வாங்கும் போது, அந்தக் கடன் தொகைக்கு இணையாக அல்லது கடன் தொகை குறையக் குறைய அதற்கு இணையான கவரேஜ் அளிக்கும் டேர்ம் பிளான் எடுத்துக்கொள்வது கட்டாயம். டேர்ம் பிளான் என்கிற போது பிரீமியம் குறைவாக இருப்பதோடு, கவரேஜ் தொகையும் அதிகமாக இருக்கும்.

கார் கடன் வாங்கினாலும் ஆயுள் காப்பீடு எடுப்பது கட்டாயம். தேய்மானம் மற்றும் பழைய கார் என்பதால் அதன் மதிப்பு வேகமாகக் குறைந்துவிடும். திடீரென குடும்பத் தலைவர் மறைந்துவிடும் போது காரை

விற்றுக்கூட முழுக் கடன் தொகையைக் கட்ட முடியாத சூழ்நிலை உருவாகும் என்பதை நினைவில் கொள்வது நல்லது.

விதிமுறை 6: கடனுக்கான வட்டியைக் கவனியுங்கள்..!

இப்போதெல்லாம் தினம் குறைந்தது ஐந்து தொலைப்பேசி அழைப்பாவது கடன் வேண்டுமா எனக் கேட்டு வருகிறது. அவர்கள் கவர்ச்சிகரமான வட்டி என்பார்கள். உண்மையிலேயே அது குறைவான வட்டிதானா? எந்த முறையில் வட்டி கணக்கிடுகிறார்கள் (ஃப்ளாட் ரேட், குறையும் அசலுக்கான வட்டி) என்பதைக் கவனியுங்கள்.

வங்கிகள், வீட்டு வசதி நிறுவனங்கள், நிதி நிறுவனங்களிடம் இப்போது கைவசம் அதிக தொகை இருப்பதால், அவை கடன் கொடுக்க ஆள் தேடிக்கொண்டிருக்கின்றன. எனவே, பல நிறுவனங்களிடம் விசாரிப்பது மற்றும் பேரம் பேசுவது மூலம் வட்டியைக் குறைக்க முடியும். உதாரணமாக, உங்களுக்கு அதிக கிரெடிட் ஸ்கோர் இருக்கிறது, உங்களுக்கு கடனை கட்டுவதற்கான தகுதி அதிகமாக இருக்கிறது. நீங்கள் வேலை பார்க்கும் நிறுவனம் கார்ப்பரேட் நிறுவனம் என்றால் தாராளமாக வட்டியில் பேரம் பேசலாம். மேலும், அரசு ஊழியர்கள், ஆசிரியர்களுக்குக் குறைவான வட்டியில் கடன் கிடைக்கின்றன..

தங்க விதிமுறை 7: விதிமுறைகளை முழுமையாகப் படிக்க மறக்காதீர்கள்

ஒரு கடன் வாங்குவதற்குக் கடன் வகையைப் பொறுத்து சுமார் 15 முதல் 20 இடங்களில் கையொப்பம் போட வேண்டி இருக்கும். நம்மில் பலர் பெருக்கல் குறி போட்டிருக்கும் இடங்களில் எல்லாம் கண்ணை மூடிக்கொண்டு கையொப்பம் போடுவதை வழக்கமாகக் கொண்டிருக்கிறோம்.

விதிமுறைகள் மற்றும் நிபந்தனைகளை (Read the terms and conditions) முழுமையாகப் படியுங்கள். தேவைப்பட்டால் அதிக தொகையைக் கடனாக வாங்கும் போது நிதி ஆலோசகர்கள், ஆடிட்டர்கள், வழக்கறிஞர்களிடம் ஆலோசனை கேட்கவும். சில நூறு ரூபாய்கள் அல்லது ஆயிரங்களைச் செலவிடுவது மூலம் பிற்காலத்தில் லட்சங்களை மிச்சப்படுத்த முடியும்.

கடன் வாங்குபவர்களுக்கு அதனைத் திருப்பி செலுத்தும் பொறுப்பு இருக்கிறது. கண்டபடி கடன் வாங்கி கடன் வலையில் சிக்கிக்கொள்ளாதீர்கள். இது உங்களின் நிகழ்காலம் மற்றும் எதிர்காலத்தைப் பாதிக்கும்.

இப்போதுள்ள கடனை சரியாக கட்டவில்லை என்றால் கிரெடிட் ஸ்கோர் குறைந்து எதிர்காலத்தில் கடன் வாங்க முடியாத நிலை ஏற்படும். எனவே, கடன் வாங்கும் போது மேலே கூறப்பட்ட தங்க விதிமுறைகள் கட்டாயம் பின்பற்றுவது அவசியமாகும்.

$ $ $ $ $

– 14 –
நிதி இலக்குகளை அடைய மூன்று எளிய வழிகள்..!

ஒவ்வொருவருக்கும் பல நிதி இலக்குகள் (Financial Goals) இருக்கும். பிள்ளைகளின் கல்வி மற்றும் கல்யாணம், சொந்த வீடு, ஓய்வுக் காலத்துக்கான தொகுப்பு நிதி என எந்த நிதி இலக்காக இருந்தாலும், அது நிறைவேற மூன்றே மூன்று எளிய வழிகள்தான். அவற்றைப் பின்பற்றினால் நிச்சயம் இலக்கை அடைய முடியும்.

1. முதலீட்டில் ஒழுங்கு..!

எந்த நிதி இலக்காக இருந்தாலும் முதலீட்டில் ஓர் ஒழுங்கு இருந்தால், நிதி இலக்கை அடைவது உறுதி. மியூச்சுவல் ஃபண்ட் முதலீட்டைப் பொறுத்த வரையில் அந்த ஒழுங்கு என்பது சிஸ்டமேட்டிக் இன்வெஸ்ட்மெண்ட் பிளான் (Systematic Investment Plan - SIP) என்கிற எஸ்.ஐ.பி மூலம் வருகிறது.

ஒரு புத்திசாலி தத்துவஞானி ஒரு முறை சொல்லும் போது,' ஆயிரம் மைல்கள் கொண்ட ஒரு பயணம், ஒற்றை அடி எடுத்து வைப்பதில்தான் தொடங்குகிறது" என்று சொல்லியிருக்கிறார். அந்த வகையில் கோடி கோடியாகச் சேர்க்கப் போகிற தொகுப்பு நிதியில் எஸ்.ஐ.பி என்பது முதலீட்டின் முதல் படியாகும்.

இன்றைய இளைஞர்கள், புதிய தலைமுறையினர் செல்வ உருவாக்கம் ஒற்றை எஸ்.ஐ.பி-ல் ஆரம்பிக்கிறது என்பதைப் புரிந்து வைத்திருக்கிறார்கள். எஸ்.ஐ.பி முறையில் எவ்வளவு குறைவாக முதலீடு செய்கிறீர்கள் என்பது முக்கியமில்லை. இளம் வயதில் முதலீட்டை ஓர் ஒழுங்கு முறையோடு ஆரம்பிப்பதுதான் முக்கியம்.

இளம் வயதில் முன் கூட்டியே முதலீட்டை ஆரம்பிப்பது சுலபமாகவும் லாபகரமாகவும் இருக்கும். உதாரணத்துக்கு ஒருவர் தன் மூன்று வயது மகளின் உயர்கல்வி செலவுக்கு அவரின் 18 வயதில் ரூ. 25 லட்சம் தேவை என்றால், அவர் இப்போது மாதம் சுமார் ரூ. 5,000 முதலீடு செய்து வந்தால், 15 ஆண்டுகளில் அந்த முதலீட்டுக்குச் சராசரியாக 12% வருமானம் கிடைத்தால் இலக்கு தொகையான ரூ. 25 லட்சம் கிடைத்துவிடும். இதுவே, பிள்ளையின் பத்தாவது வயதில் முதலீட்டை ஆரம்பித்தால் மாதம் கிட்டத்தட்ட ரூ. 10,000 முதலீடு செய்தால்தான் இலக்கு தொகையான ரூ. 25 லட்சத்தை அடைய முடியும். ஒருவரின் முதலீட்டைத் தொடங்குவதற்கு சிறந்த மற்றும் மிகவும் ஒழுங்கான முதலீட்டு முறை எஸ்.ஐ.பி ஆகும்.

நீண்ட காலத்தில் செல்வம் சேர்க்க எளிய மற்றும் தொடர் முதலீட்டு முறையாக எஸ்.ஐ.பி இருக்கிறது. மியூச்சுவல் ஃபண்ட் எஸ்.ஐ.பி முறை வங்கி தொடர் சேமிப்பு என்கிற ஆர்.டி போன்றுத்தான் செயல்படுகிறது. ஆர்.டி முதலீட்டில் ரிஸ்க் இல்லை என்பதால் அதன் மூலம் ஒரளவுக்குத்தான் வருமானம்

கிடைக்கிறது. அது பணவீக்க விகிதம் மற்றும் வருமான வரி போக மிகவும் குறைவாக இருக்கிறது. ஹைபிரீட் ஃபண்ட்கள் மற்றும் ஈக்விட்டி ஃபண்ட்கள் ரிஸ்க் கொண்டவை என்றாலும் நீண்ட காலத்தில் அது பரவலாக்கப்பட்டு அதிக வருமானத்தைக் கொடுப்பவையாக உள்ளன.

நல்ல ஃபண்ட்களில் எஸ்.ஐ.பி முறையில் முதலீடு செய்து வந்தால் நீண்ட காலத்தில் நல்ல வருமானம் கிடைக்கக்கூடும். இதன் மூலம் செல்வம் (Wealth) உருவாகும்.

எஸ்.ஐ.பி முதலீட்டு முறை, ஈக்விட்டி ஃபண்ட்களில் மட்டும் நன்றாக வேலை செய்யும் எனப் பலரும் தவறாகப் புரிந்து வைத்திருக்கிறார்கள். அதாவது, சந்தையின் ஏற்ற இறக்கத்தில் ரூபி காஸ்ட் ஆவரேஜ் (Rupee Cost Average) மூலம் அதிக யூனிட்கள் கிடைக்க எஸ்.ஐ.பி முறை உதவும் என்பதாக இருக்கிறது. எஸ்.ஐ.பி முறையில் தொடர்ச்சியான முதலீடு மூலம் கூட்டு வளர்ச்சி (Power Of Compounding) கிடைப்பதுதான் முக்கிய நன்மையாகும். இதனுடன் ஈக்விட்டி ஃபண்ட்களில் ரூபி காஸ்ட் ஆவரேஜ் பலனும் கிடைக்கிறது. எஸ்.ஐ.பி முதலீடு, அதிக ரிஸ்க் இல்லாத கடன் ஃபண்ட்கள் மற்றும் பிராவிடென்ட் ஃபண்ட் மற்றும் பப்ளிக் பிராவிடென்ட் ஃபண்ட் முதலீடுகளிலும் நன்றாகவே வேலை செய்கிறது என்பதைப் பலரும் அறியாமல் இருக்கிறார்கள்.

2. முதலீட்டை ஆரம்பிக்கச் சரியான நேரத்திற்காகக் காத்திருக்க தேவையில்லை.

ஓராண்டுக்கு முன் நான் செல்வ ரகசியங்கள் (Wealth Secrets) என்கிற கூட்டத்தை நடத்தினேன். இதில், மியூச்சுவல் ஃபண்ட்-ல் முதலீடு செய்வது எப்படி என்பது பற்றி விரிவாகப் பேசினேன். அதில் கலந்து கொண்ட முதலீட்டாளர் ஒருவரை அண்மையில் சந்தித்தேன். அவர் இதுவரைக்கும் முதலீட்டை ஆரம்பிக்கவில்லை என்றார். ஏன் இன்னும் முதலீட்டை ஆரம்பிக்கவில்லை என அவரிடம் கேட்டேன். முதலீட்டை ஆரம்பிக்கச் சரியான நேரத்துக்காகக் காத்திருப்பதாகச் சொன்னார்.

முதலீடு என்று வருகிற போது, நேரம், காலம் பற்றிச் சிந்திக்கத் தேவையில்லை. பங்குச் சந்தையில் வர்த்தகம் செய்வதற்குத்தான் நேரம் காலம் பார்க்க வேண்டும். முதலீடு செய்வதற்கு அல்ல. பங்குச் சந்தை முதலீட்டில் ஏற்ற இறக்கம் என்பது இயல்பானதாக இருக்கிறது. பலமுறை மேலேயும் பலமுறை கீழேயும் ஏறி இறங்கி அது உயர்ந்து செல்கிறது. சந்தையில் எவ்வளவு காலத்திற்குத் தொடர்ந்து முதலீடு செய்து வருகிறீர்கள் அல்லது எவ்வளவு காலத்துக்கு முதலீட்டைத் தொடர்கிறீர்கள் என்பதில்தான் லாபம் இருக்கிறது. இதனைத்தான் 'பங்குச் சந்தையில் முதலீடு செய்யும் நேரத்தை விட, சந்தையில் எவ்வளவு நேரம் இருக்கிறீர்கள் என்பது முக்கியம் (Time in the market is more important than timing the market) என்கிறார்கள்.

சிறிது காலத்துக்குப் பங்குச் சந்தை இறக்கத்தில் இருக்கும் என்கிற நிலை காணப்பட்டால், மொத்த முதலீடு செய்யப் பயமாக இருந்தால், அந்தத்

தொகையை ரிஸ்க் இல்லாத லிக்விட் ஃபண்ட் அல்லது கடன் ஃபண்டில் முதலீடு செய்துவிட்டு, எஸ்.ஐ.பி முறையைப் போன்று செயல்படும் சிஸ்டமேட்டிக் டிரான்ஸ்பர் பிளான் (எஸ்.டி.பி) முறையில் ஈக்விட்டி ஃபண்டுக்கு மாதம் தோறும் குறிப்பிட்ட தொகையை மாற்றிக் கொள்ள முடியும். எனவே, முதலீட்டுக்கான சரியான நேரத்துக்காகக காத்திருக்காமல், சரியான மற்றும் லாபகரமான முதலீட்டு முறைகளைப் பின்பற்றி இப்போதே முதலீட்டை ஆரம்பியுங்கள். பணத்தை சும்மா வங்கிக் கணக்கில் வைத்திருப்பதால் அது வளராது. அதன் மதிப்பைப் பணவீக்கம் மற்றும் வருமான வரி குறைத்துவிடும்.

3. கூட்டு வளர்ச்சியின் வலிமை

இது பற்றி பள்ளிக்கூட பாடத்தில் படித்திருக்கிறோம். அப்போது இதன் அர்த்தம், பலன் தெரியாமல் மனப்பாடம் செய்து மதிப்பெண் வாங்கி இருப்போம். முதலீட்டுப் பெருக்கத்தில், செல்வம் உருவாக்கத்தில் கூட்டு வளர்ச்சியின் வலிமை (Power of compounding) மிக்க முக்கியமானதாக இருக்கிறது. முதலீட்டை இடையில் எடுக்காமல் தொடர்ந்து செய்து வரும்பட்சத்தில் நீண்ட காலத்தில் அந்தத் தொகை பல மடங்கு பெருகி இருக்கும்.

முதலீட்டுக் காலம் எவ்வளவுக்கு எவ்வளவு அதிகமாக இருக்கிறதோ அந்த அளவுக்கு முதலீட்டுப் பெருக்கத்தின் மடங்கும் அதிகமாக இருக்கும்.

உதாரணத்துக்கு, முருகன் என்கிற ஒருவர் அவரின் 25-வது வயதில் ஆண்டுக்கு ரூ. 5,000 முதலீட்டை ஆரம்பிக்கிறார் என்று வைத்துக்கொள்வோம்.

அவரின் 34 வயதில் அதாவது 10 ஆண்டுகள் முதலீடு செய்துவிட்டு நிறுத்திவிடுகிறார். கணேசன் என்கிறவர் அவரின் 35வது வயதில் ஆண்டுக்கு ரூ. 5,000 முதலீட்டை ஆரம்பிக்கிறார். அவரின் 65 வயது வரை அதாவது 30 ஆண்டுகள் முதலீடு தொடர்ந்து செய்கிறார்.

இந்த முதலீடுகள் சராசரியாக ஆண்டுக்கு 8% வருமானம் ஈட்டியிருந்தால் 65 வயதில் முருகனின் முதலீட்டுத் தொகையான ரூ. 50,000 என்பது ரூ. 7,87,200 ஆகப் பெருகி இருக்கும். இதுவே கணேசன் 30 ஆண்டுகளில் ரூ. 1,50,000 முதலீடு செய்திருந்தாலும் அவரின் முதலீடு 65 வயதில் ரூ. 6,11,730 ஆகத்தான் பெருகி இருக்கும். காரணம், முருகன் குறைவாக முதலீடு செய்திருந்தாலும் அவரின் மொத்த முதலீட்டுக் காலம் 40 ஆண்டுகளாக மிக நீண்டதாக இருப்பதுதான். அதாவது, கணேசனுக்கு 10 ஆண்டுகளுக்கு முன்பே முருகன் முதலீட்டை ஆரம்பித்துவிட்டார். முருகனாக இருக்கப் போகிறீர்களா? கணேசனாக இருக்கப்போகிறீர்களா நீங்களே முடிவு செய்துகொள்ளுங்கள்.

பவர் ஆஃப் கம்பவுண்டிங் என்பதை உலகின் எட்டாவது அதிசயம் என்கிறார்கள். இது வேறு ஒன்றும் இல்லை. எளிமையாகச் சொல்வது என்றால் வட்டி மேலும் வட்டியை ஈட்டுவது அல்லது வருமானம் மேலும் வருமானத்தை ஈட்டுவதாகும்.

சரியான முதலீட்டுத் திட்டத்தில் தொடர்ந்து செய்யப்படும் நீண்ட கால முதலீடு நிச்சயம் பன்மடங்கு பெருகும் என்பது நிச்சயம்.

$ $ $ $ $

15

முதலீட்டாளர்கள் செய்யும் பொதுவான 5 மிகப் பெரிய முதலீட்டுத் தவறுகள்..!

1. பணவீக்க விகிதத்தைக் கணக்கில் எடுக்காது

முதலீட்டின் வருமானத்தை விழுங்குவதில் பணவீக்கத்திற்கு முக்கிய பங்கு இருக்கிறது. பெரும்பாலான முதலீட்டாளர்கள் பணவீக்கத்தைக் கணக்கில் எடுக்காமல் முதலீடு செய்து விடுகிறார்கள். இதனால் உண்மையான வருமானம் என்பது குறைவாக இருக்கும்.

உதாரணத்திற்கு இன்றைய தேதியில் ஃபிக்ஸட் டெபாசிட் முதலீட்டிற்கு 5% வட்டி விகிதம் கிடைக்கிறது என்றால் பணவீக்க விகிதம் 7% என்றால் வருமானத்தில் இதனைக் கழிக்கும்பட்சத்தில் மைனஸ் 2 சதவிகிதமாக வருமானம் குறைந்து விடுகிறது. பணவீக்க விகிதம் என்பது சுருங்கச்சொன்னால் விலைவாசி உயர்வுதான். உதாரணத்திற்கு உங்களிடம் 100 ரூபாய் இருக்கிறது. இதனை 5% ஃபிக்ஸட் டெபாசிட்டில் போட்டிருக்கிறீர்கள். ஒரு வருடம் கழித்து 105 ரூபாய் கிடைக்கிறது. பணவீக்க விகிதம் 7% என்றால் ஏதாவது ஒரு பொருளை வாங்கவேண்டும் என்றால் 2 ரூபாய் கடன் வாங்கி தான் வாங்க வேண்டும். எனவே, செய்யும் முதலீடு பணவீக்க

விகிதத்தை விட அதிக வருமானம் தருவதாக இருக்க வேண்டும்.

பணவீக்க விகிதம் 7 சதவிகிதம் என்றால் ரூ. 1 லட்சத்தின் மதிப்பு 30 ஆண்டுகளுக்குப் பிறகு ரூ. 13,000 ஆகக் குறைந்து விடும். அதாவது பொருட்களின் விலை உயர்ந்து குறைவான பொருட்களையே வாங்க முடியும். எனவே, பணவீக்கத்தைத் தாண்டி வருமானம் தரக்கூடிய நவீன பங்குச் சந்தை சார்ந்த திட்டங்களில் அதாவது நிறுவனப் பங்குகள், பங்குச் சந்தை சார்ந்த மீயூச்சுவல் ஃபண்ட்களில் முதலீடு செய்தால்தான் நீண்டகாலத்தில் பணவீக்கத்தை விட அதிக வருமானம் கிடைக்கும்.

பங்கு சார்ந்த திட்டங்களில் நீண்ட காலத்தில் 12 முதல் 15% வருமானத்தை எதிர்பார்க்கலாம்.

2. கூட்டு வளர்ச்சியின் மகிமையைப் புரிந்து கொள்ளாதது

நம்மில் பெரும்பாலோர் முதலீட்டைத் தாமதமாக ஆரம்பிப்பது பெரிய அளவில் நமது முதலீட்டு இலக்குகளைப் பாதிக்காது என நினைத்துக்கொண்டிருக்கிறோம். ஆனால், உண்மை அதுவல்ல. இது மிகப் பெரிய தவறாகும். கூட்டு வளர்ச்சி என்கிற பவர் ஆஃ கம்பவுண்டிங் உங்களின் பணத்தை வெகு வேகமாக அதிகரிக்கச் செய்யும்.

பவர் ஆஃ கம்பவுண்டிங் என்பது வட்டிக்கு வட்டி, வருமானத்துக்கு வருமானம் சேர்த்துத் தருவதாகும்.

உதாரணத்துக்கு, ரமேஷ் என்பவர் அவரின் 25-வது வயதில் மாதம் ரூ.5,000 முதலீட்டை ஆரம்பிக்கிறார். இவர் தனது 35 வயது வரையில் அதாவது 10 ஆண்டுகளுக்கு அதாவது மொத்தம் ரூ.6 லட்சம் முதலீடு செய்துவிட்டு அப்படியே விட்டு விடுகிறார்.

இதுவே, கண்ணன் என்பவர் அவரின் 40-வது வயதில் மாதம் ரூ.15,000 முதலீட்டை ஆரம்பித்து அவரின் 60 வயது வரை மொத்தம் ரூ.36 லட்சம் முதலீடு செய்கிறார். இந்த முதலீடுகளுக்கு ஆண்டுக்குச் சராசரியாக 12% வருமானம் கிடைத்தால் 60 வயதில் யாருக்கு அதிகத் தொகை கிடைத்திருக்கும் தெரியுமா?

ரமேஷுக்கு ரூ.1.97 கோடியும் கண்ணனுக்கு ரூ.1.49 கோடியும் கிடைத்திருக்கும். ரமேஷ் இளம் வயதில் ஆரம்பித்ததால், அவரின் முதலீட்டுத் தொகை மிகக் குறைவாக இருந்தாலும் முதலீட்டுக் காலம் மிக நீண்டதாக இருந்ததால் அவருக்கு அதிக தொகுப்பு தொகை கிடைத்திருக்கிறது. எனவே, நீங்களும் முடிந்த வரை வெகு சீக்கிரமாக முதலீட்டை ஆரம்பித்து அதிக வருமானம் ஈட்டுங்கள்.

3. எஸ்.ஐ.பி முதலீட்டை ஆரம்பிக்காது..

ஒருவர் அவரின் நிதி இலக்குகளை எளிதாக நிறைவேற்ற, அதிக செல்வம் சேர்க்கச் சீரான முதலீட்டுத் திட்டம் என்கிற எஸ்.ஐ.பி முறை உதவுகிறது. இந்த மியூச்சுவல் ஃபண்ட் திட்டம் ஒருவரிடம் முதலீட்டு ஒழுங்கை ஏற்படுத்துகிறது.

மாதம் ரூ. 100, ரூ. 500 எனக் குறைந்த தொகையைக் கூட இந்த முறையில் முதலீடு செய்ய முடியும்.

இந்த முறையில் முதலீடு செய்யும் போது பங்குச் சந்தையின் நேரம் காலம் பார்க்கத் தேவையில்லை. சந்தையில் நேரம் பார்த்து முதலீடு செய்வதை விட முதலீட்டுக் காலம் அதிகமாக இருப்பது மூலம் அதிக வருமானத்தைப் பெற முடியும்.

4. டேர்ம் இன்ஷூரன்ஸ் எடுக்காதது

பெரும்பாலான நிதி ஆலோசகர்கள், முதலீட்டாளர்களை டேர்ம் இன்ஷூரன்ஸை எடுக்க சொல்வார்கள். இது பாலிசி முதிர்வின் போது பணம் எதுவும் கிடைக்காத முழுமையான ஆயுள் காப்பீடு பாலிசியாகும். இந்த பாலிசியை குறைந்த பிரீமியத்தில் அதிக தொகைக்கு எடுப்பது மூலம் குடும்பத்தில் வருமானம் ஈட்டும் நபருக்கு ஏதாவது அசம்பாவிதம் நடந்தால், அவர் முதலீடுகள் மூலம் நிறைவேற்றத் திட்டமிட்டிருந்த பிள்ளைகளின் உயர்கல்வி, கல்யாணம் போன்ற நிதி இலக்குகள் தடைப்படாமல் திட்டமிட்டபடி நடக்க இன்ஷூரன்ஸ் இழப்பீட்டுத் தொகை உதவும்.

வீட்டுக் கடன் போன்ற பெரியக் கடன்கள் இருந்தால் அதனையும் கவர் செய்கிற மாதிரி அதிக தொகைக்கு டேர்ம் பிளான் எடுத்துக்கொள்வது மிகவும் பாதுகாப்பானது. பொதுவாக, ஒருவரின் ஆண்டு வருமானத்தைப் போல் 10 முதல் 15 மடங்கு தொகைக்கு டேர்ம் பிளான் எடுத்துக்கொள்வது அவசியமாகும்.

5. மருத்துவக் காப்பீடு எடுக்காதது

திடீர் என மருத்துவமனையில் அனுமதிக்கப்பட்டால் நீண்ட கால சேமிப்பு மற்றும் முதலீடுகள் காணாமல் போய்விடுவதை பலர் அனுபவப் பூர்வமாகக் கண்டிருப்பார்கள். இதனைத் தவிர்க்க மருத்துவக் காப்பீடு பாலிசியை குடும்ப உறுப்பினர்கள் அனைவரின் பெயரிலும் எடுப்பது அவசியம்.

தனித் தனியாக அனைவரின் பெயரிலும் பாலிசி எடுத்தால் அதிக பிரீமியம் கட்ட வேண்டி இருக்கும். இந்த அளவுக்கு வசதி இல்லை என்றால் ஒட்டு மொத்தக் குடும்பத்தினருக்கும் கவரேஜ் அளிக்கும் ஃப்ளோட்டர் பாலிசி எடுப்பது நல்லது. மருத்துவ பணவீக்க விகிதம் அதாவது மருத்துவச் செலவுகள் அதிகரிப்பு என்பது ஆண்டுக்கு 15 சதவிகிதமாக இருக்கிறது. அந்த வகையில் ரூ. 5 லட்சம், ரூ. 10 லட்சம் என அதிக தொகைக்கு மருத்துவக் காப்பீட்டு பாலிசி எடுப்பது அவசியமாக இருக்கிறது.

$ $ $ $ $

16

மியூச்சுவல் ஃபண்ட் முதலீட்டில் ரிஸ்கை குறைத்து அதிக லாபம் பெறும் வழிகள்..!

மியூச்சுவல் ஃபண்ட் முதலீடு என்கிற போது பங்குச் சந்தை சார்ந்த ஃபண்ட் (ஈக்விட்டி ஃபண்ட்), கடன் சந்தை சார்ந்த ஃபண்ட் (டெஃப்ட் ஃபண்ட்), தங்கம் சார்ந்த ஃபண்ட் (கோல்டு சேவிங்ஸ் ஃபண்ட்) ஆகியவை முக்கியமான மூன்று வகையாகும். ஈக்விட்டி மற்றும் டெஃப்ட் கலந்த ஹைபிரிட் என்கிற ஒரு வகையும் இருக்கிறது.

ரிஸ்க் வெர்சஸ் ரிட்டர்ன்

பங்குச் சந்தை சார்ந்த மியூச்சுவல் ஃபண்ட்களில் எந்த அளவுக்கு அதிக வருமானம் கிடைக்க வாய்ப்பு இருக்கிறதோ, அந்த அளவுக்கு ரிஸ்க்-க்கும் இருக்கிறது.

ஈக்விட்டி மியூச்சுவல் ஃபண்ட் முதலீட்டைப் பொறுத்த வரையில் மூலதனத்தை இழக்கும் ரிஸ்க் (Risk of Capital Loss) மற்றும் பங்குச் சந்தையின் ஏற்ற இறக்கத்தில் ஏற்ற இறக்கத்தால் ஏற்படும் ரிஸ்க் (Risk of Volatility) ஆகிய இரு ரிஸ்க்களும் முக்கியமானவை இவற்றை ஒரு ஃபண்ட் மேனேஜர் மற்றும் முதலீட்டாளர் எப்படிக் கையாளுகிறார் என்பதை பொறுத்துத்தான்

ஈக்விட்டி ஃபண்ட் மூலம் கிடைக்கும் வருமானம் இருக்கிறது. இப்போது இந்தப் பட்டியலில் கடன் ஃபண்ட்களும் சேர்ந்திருக்கின்றன. காரணம், ஒரு காலத்தில் ரிஸ்க் இல்லாத முதலீடாக இருந்த கடன் ஃபண்ட்கள் இப்போது சிறிது வாய்ந்த ஃபண்ட்களாக மாறி இருக்கின்றன.

அனைத்து முதலீட்டாளர்களும் குறைவான என்.ஏ.வி (நிகர சொத்து மதிப்பு) ஏற்ற இறக்கத்தில் அதிக வருமானம் பெறவே விரும்புகிறார்கள்.

ஒவ்வொரு முதலீட்டாளரின் முதலீட்டு நோக்கமும் வேறுபட்டதாக இருக்கிறது. வருமான எதிர்பார்ப்பு (Return Expectation), ரிஸ்க் எடுக்கும் திறன் (Risk Appetite) மற்றும் முதலீட்டுக் காலம் (Duration) ஆகியவற்றைச் சார்ந்து முதலீட்டாளருக்குக் கிடைக்கும் வருமானம் இருக்கிறது. பல மியூச்சுவல் ஃபண்ட் திட்டங்களில் ஃபண்ட் கொடுக்கும் வருமானம் மற்றும் முதலீட்டாளர் பெறும் வருமானம் இடையே அதிக வேறுபாடு இருக்கிறது. பெரும்பாலும் முதலீட்டாளரின் வருமானத்தை விட ஃபண்டின் வருமானம் அதிகமாக இருக்கிறது.

காரணம், பங்குச் சந்தையின் இறக்கத்தால் என்.ஏ.வி மதிப்பு வீழ்ச்சி அடையும் போது பல முதலீட்டாளர்கள் எஸ்.ஐ.பி முதலீட்டை நிறுத்தி விடுகிறார்கள் அல்லது யூனிட்களை விற்று விட்டு வெளியேறிவிடுகிறார்கள். இதனால், பின்னர் சந்தை ஏறும் போது, ஃபண்ட் அதிக வருமானம் கொடுக்கிறது. முதலீட்டாளர்கள் இழப்பில் இருக்கிறார்கள் அல்லது குறைவான வருமானம் பெறுகிறார்கள். சந்தையின் ஏற்ற இறக்கத்துக்கு

ஏற்ப ஃபண்டின் ரிஸ்க்-ஐ குறைக்கும் வேலையை பெரும்பாலான ஃபண்ட் மேனேஜர்கள் கண்ணும் கருத்துமாக செய்துவருகிறார்கள்.

உதாரணத்துக்கு, பங்குச் சந்தை குறுகிய காலத்தில் இறக்கம் காணப்போகிறது என்கிற நிலையில் ஃபண்டின் மூலம் திரட்டப்பட்டிருக்கும் முழுத் தொகையையும் முதலீடு செய்யாமல் சந்தையின் இறக்கத்தில் குறைந்த விலையில் பங்குகளை வாங்குவதற்காக ரொக்க இருப்புத் தொகையை அதிகரித்து வைத்திருப்பதை நடைமுறையில் காணலாம். அந்த வகையில் அதிக வருமானம் பெற முதலீட்டாளர்கள், சந்தையின் ஏற்ற இறக்கம் பற்றி கவலைப்படாமல் தொடர்ந்து எஸ்.ஐ.பி முறையை தொடர வேண்டும். முடிந்தால் கூடுதலாக அடிஷனல் பர்ஷேஸ் என்கிற முறையில் முதலீடு செய்தால் அதிக லாபம் பெற முடியும்.

ஈக்விட்டி ஃபண்டாக இருந்தாலும் கடன் ஃபண்ட் ஆக இருந்தாலும் எக்காரணம் கொண்டும், என்.ஏ.வி மதிப்பு வீழ்ச்சிக் கண்டிருக்கும் காலத்தில் யூனிட்களை விற்றுவிட்டு வெளியேறக் கூடாது.

அடுத்து ஈக்விட்டி ஃபண்ட்களில் குறுகிய கால நோக்கத்தோடு முதலீடு செய்துவிட்டு பிறகு பணத் தேவை அல்லது பயத்தால் இழப்போடு வெளியேறுகிறார்கள். இது கட்டாயம் தவிர்க்கப்பட வேண்டும். கடன் ஃபண்ட்கள் என்கிற போது குறைந்தது ஓராண்டு இலக்கோடும், ஹைபிரிட் ஃபண்ட் என்கிற போது ஓராண்டுக்கு மேல் மூன்றுக்கு உட்பட்ட இலக்கோடும், ஈக்விட்டி ஃபண்ட் என்கிற போது

குறைந்தது 3 முதல் 5 ஆண்டு இலக்கோடும்தான் முதலீட்டை மேற்கொள்ள வேண்டும்.

அஸெட் அலோகேஷன்

அடுத்து முதலீட்டை அஸெட் அலோகேஷன்படிதான் பிரித்து மேற்கொள்ள வேண்டும். உதாரணத்துக்கு உங்களின் வயது 40 என்று வைத்துக்கொண்டால் 100 மைனஸ் 40 அதாவது முதலீட்டுக்கு என ஒதுக்கி இருக்கும் தொகையில் 60 சதவிகித தொகையைத்தான் பங்குச் சந்தை சார்ந்த முதலீட்டில் (நிறுவனப் பங்குகள் மற்றும் ஈக்விட்டி ஃபண்ட்கள்) மேற்கொள்ள வேண்டும். மீதி 40%-ல் 30 சதவிகிதத்தைக் கடன் சந்தை சார்ந்த திட்டங்களிலும் (ஃபிக்ஸட் டெபாசிட், கடன் ஃபண்ட்கள்), மீதி 10 சதவிகித்தைத் தங்கத்திலும் (கோல்டு பாண்ட், கோல்டு சேவிங்ஸ் ஃபண்ட், கோல்டு இ.டி.எஃப்) முதலீடு செய்ய வேண்டும்.

ஆய்வு ஒன்றின் முடிவுப்படி, ஒரு முதலீட்டுக் கலவையின் (போர்ட்ஃபோலியோ) வருமானம் என்பது அஸெட் அலோகேஷன் 91.5%, நேரம் பார்த்து முதலீடு செய்வது 1.8%, நிறுவனப் பங்கு தேர்வு செய்வது 4.6%, இதரக் காரணங்கள் 2.10% ஆக இருக்கிறது.

போர்ட்ஃபோலியோ மறு சீரமைப்பு

உங்களின் அஸெட் அலோகேஷன்படி முதலீட்டைப் பிரித்து செய்துவிட்டு, ஆண்டுக்கு ஒரு முறை போர்ட்ஃபோலியோவை மறு சீரமைப்பு செய்யுங்கள். அதாவது, ரூ. 1 லட்சத்தை 60:30:10 என்கிற முறையில் அதாவது ஈக்விட்டி ஃபண்டில் ரூ. 60,000, கடன்

ஃபண்டில் ரூ. 30,000, கோல்டு சேவிங்ஸ் ஃபண்டில் ரூ. 10,000 முதலீடு பிரித்து முதலீடு செய்திருக்கிறீர்கள் என வைத்துக்கொள்வோம். இவை ஓராண்டு கழித்து முறையே ரூ. 70,000, ரூ. 32,000 மற்றும் ரூ. 9,000 ஆக உள்ளது என வைத்துக்கொள்வோம். அதாவது ரூ. 1 லட்சம் என்பது ரூ. 1,11,000 ஆக உயர்ந்துள்ளது.

இதனை உங்களின் அஸெட் அலோகேஷன் சூத்திரமான 60:30:10 என்கிற முறையில் ஈக்விட்டி ஃபண்டில் ரூ. 66,600, கடன் ஃபண்டில் ரூ. 33,300 மற்றும் கோல்டு சேவிங்ஸ் ஃபண்டில் ரூ. 11,100 மாற்றி முதலீடு செய்ய வேண்டும். அதாவது அதிக லாபத்திலிருக்கும் முதலீட்டை விற்று (ரூ. 70,000 ஈக்விட்டி ஃபண்ட் முதலீட்டில் ரூ. 3,400 விற்று), கடன் ஃபண்ட்களில் ரூ. 3,300 மற்றும் கோல்டு சேவிங்ஸ் ஃபண்டில் ரூ. 1,100 கூடுதலாக முதலீடு செய்ய வேண்டும். இப்படி ஆண்டு தோறும் செய்து வந்தால் நிச்சயம் கூடுதல் வருமானம் பெற முடியும்.

$ $ $ $ $

17

மியூச்சுவல் ஃபண்ட் முதலீடு கவனிக்க வேண்டிய 3 முக்கிய அம்சங்கள்

பங்கு சந்தை அபாயத்துக்கு உட்பட்டது என்றாலும் அண்மைக்காலத்தில் அதையும் தாண்டி மியூச்சுவல் ஃபண்ட் முதலீட்டுக்கு முதலீட்டாளர்கள் அதிக வரவேற்பு கொடுக்க ஆரம்பித்திருக்கிறார்கள். சரியான மியூச்சுவல் ஃபண்டை தேர்வு செய்யும்பட்சத்தில் அது நீண்டகாலத்தில் உங்களின் முதலீட்டைப் பன்மடங்காகப் பெருக்கி கொடுக்கும்.

ஒருவரின் தேவைக்குச் சரியான ஃபண்டை தேர்ந்தெடுப்பது என்பது மிகவும் கடினமான காரியமாக இருக்கிறது. ஒரு காலத்தில் இந்திய மியூச்சுவல் ஃபண்ட் துறையில் கிட்டத்தட்ட 8,000 -க்கும் மேற்பட்ட ஃபண்ட்கள் இருந்தன அது இப்போது செபி அமைப்பின் புதிய வரையறை மற்றும் மாற்றத்திற்குப் பிறகு சுமார் 2500 ஃபண்ட்ங்களாக குறைந்திருக்கிறது.

சில அம்சங்களைப் பின்பற்றுவது மூலம் ஒருவர் சரியான ஃபண்டை தேர்வு செய்ய முடியும். அதற்கு முன் உங்களின் முதலீட்டு நோக்கம் என்ன?, எவ்வளவு காலத்திற்கு முதலீடு செய்யப்போகிறீர்கள்? எதிர்பார்க்கும் தொகுப்பு நிதி தொகை, இலக்கு மற்றும்

உங்களின் ரிஸ்க் எடுக்கும் திறன் ஆகியவற்றைத் தெளிவுபடுத்திக் கொள்ள வேண்டும்.

வருமானம் (Returns)

மியூச்சுவல் ஃபண்ட் மூலம் நீண்ட காலத்தில் செல்வம் சேர்க்க நினைப்பவர்கள் எப்போதும் குரோத் ஆப்ஷன் தான் தேர்வு செய்ய வேண்டும். முதலீட்டுக்கு நீங்கள் தேர்வு செய்யப் போகிற ஃபண்டு கடந்த 10 ஆண்டுகளாக ஆண்டுக்குச் சராசரியாக என்ன வருமானம் கொடுத்திருக்கிறது என்று பார்க்க வேண்டும். இந்தப் பத்தாண்டுகளில் பங்குச் சந்தை ஒரு மிகப் பெரிய ஏற்றம் மற்றும் ஒரு மிகப்பெரிய இறக்கத்தைச் சந்தித்திருக்கும் அந்த வகையில் ஒரு ஃபண்ட் உண்மையான நீண்ட கால முதலீட்டுத் திறன் 10 ஆண்டுகளை அலசி ஆராய்வது மூலம் தெரியவரும். குறுகிய காலத்தில் குறிப்பாகக் கடந்த ஓராண்டுக் காலத்தில் ஒரு ஃபண்ட் கொடுத்திருக்கும் வருமானத்தை வைத்து மட்டுமே அந்த ஃபணடில் முதலீடு செய்வதற்கான முடிவை எடுக்கக் கூடாது

நீண்ட கால ஆராய்ச்சி என்பது அந்த ஃபண்ட் குறித்த ஒரு தெளிவான மற்றும் நிலையான கருத்தை நமக்கு அளிக்கும். மேலும் சந்தை ஏற்றத்தின் போது அந்த ஃபண்ட் எப்படிச் செயல்பட்டிருக்கிறது. சந்தை இறக்கத்தின் போது எப்படிச் செயல்பட்டிருக்கிறது என்பதைக் கவனிக்க வேண்டும்.

ஏற்ற சந்தையில் ஒரு ஃபண்ட் சிறப்பகச் செயல்படுவது ஒன்றும் பெரிய விஷயமில்லை. சந்தை இருக்கும்போது அந்தக் குறிப்பிட்ட ஃபண்ட் எந்த

அளவுக்கு இறக்கம் கண்டிருக்கிறது, சந்தையை விட அதிக இறக்கம் கண்டிருக்கிறதா, இல்லை சந்தையை விடக் குறைவாக இறக்கம் கண்டிருக்கிறதா என்பதைக் கவனிக்க வேண்டும். சந்தை ஏறும் போது சந்தை விட அதிகமாகவும் சந்தை இறங்கும்போது சந்தையை விடக் குறைவான இறக்கத்தைக் கொண்டிருக்கும் ஃபண்ட் சிறந்ததாக இருக்கும். இந்த ஃபண்டின் மூலம் நிர்வகிக்கப்பட்டு வரும் தொகை அதிகமாக இருப்பது நல்லது. அதாவது அந்த குறிப்பிட்ட ஃபண்டின் மீது நம்பிக்கை கொண்டு அதிகம் பேர் முதலீடு செய்திருக்கிறார்கள் என்பது அதன் அதிக நிர்வகிக்கும் தொகை நமக்குச் சுட்டிக் கட்டும் விஷயமாகும்.

ரிஸ்க்

எத்தனை ஆண்டுகளுக்கு முதலீட்டைத் தொடரப் போகிறீர்கள் என்பதைப் பொறுத்து எந்த வகையான ஃபண்டை முதலீட்டுக்குத் தேர்வு செய்ய வேண்டும் என்பது தெளிவாகும். உங்களின் முதலீட்டுக் காலம் குறுகியதாக இருந்தால் கடன் ஃபண்ட்களிலும் நடுத்தர காலமாக இருந்தால் ஹைபிரிட் ஃபண்ட்களிலும் நீண்ட காலமாக இருந்தால் ஈக்விட்டி ஃபண்ட்களிலும் முதலீடு செய்ய வேண்டும். இதனை மாற்றிச் செய்யும் போது முதலீட்டில் ரிஸ்க் அதிகரிக்கிறது.

பல முதலீட்டு திட்டங்களை விட ஈக்விட்டி மியூச்சுவல் ஃபண்டுகள் நீண்ட காலத்தில் அதிக வருமானத்தைத் தருகின்றன இதற்கு முக்கிய காரணம் ஈக்விட்டி ஃபண்ட் முதலீட்டில் ரிஸ்க் இருந்தாலும் அந்த ரிஸ்க் நீண்ட காலத்தில் பரவலாக்கப்பட்டு அதிக வருமானமாக மாறுகிறது. அதாவது ரிஸ்க் எடுக்கும்

முதலீட்டாளர்களுக்கு ரிவார்டு அதாவது அதிக வருமானம் கிடைக்கிறது. அதே நேரத்தில் குறுகிய காலத்தில் ஈக்விட்டி ஃபண்டுகளில் மூலதன இழப்பு கூட ஏற்படும். அதனைத் தாங்கும் சக்தி இருப்பவர்கள்தான் ஈக்விட்டி மியூச்சுவல் ஃபண்ட் முதலீட்டை தேர்வு செய்ய வேண்டும்.

ஈக்விட்டி மியூச்சுவல் ஃபண்டுகளில் எப்போதும் வருமானத்தைத் துரத்தி செல்லக்கூடாது. முதலீடு செய்வது என்பது திரில்லிங் கிடையாது. அது போரடிக்கிற ஒரு விஷயமாகும் ஆனால் நிலையாகத் தொடர்ந்து முதலீடு செய்து கொண்டிருக்கும் போது நீண்ட காலத்தில் நல்ல வருமானம் கிடைக்க வாய்ப்பிருக்கிறது.

செலவு விகிதம் முக்கியம் (Expense Ratio)

மியூச்சுவல் ஃபண்ட் முதலீட்டில் நிறுவனத்திற்கு பல்வேறு செலவுகள் இருக்கின்றன. அந்தச் செலவுகளை நிறுவனங்கள் முதலீட்டாளர்களிடம் இருந்துதான் பெற்றுக்கொள்கின்றன. உதாரணத்திற்கு நிர்வாகக் கட்டணம் தொடங்கி நிறுவனத்தின் பணியாளர்கள் சம்பளம் வரை மியூச்சுவல் ஃபண்ட் கொடுக்கும் வருமானத்தில்தான் எடுக்கப்படுகிறது மொத்த செலவு விகிதம் என்கிற ஒன்றை அண்மை ஆண்டுகளில் செபி அமைப்பு அறிமுகப்படுத்தியது. அதன்படி சுமார் 0.25% என்பதில் தொடங்கி 2.5% என்பதுவரை மியூச்சுவல் ஃபண்டில் முதலீடு செய்வதற்கான செலவு விகிதம் இருக்கும்.

ஒரு ஃபண்டு மூலம் நிர்வகிக்கப்படும் தொகை எவ்வளவுக்கெவ்வளவு அதிகமாக இருக்கிறதோ

அதற்கு ஏற்ப செலவு விகிதம் குறைவாக இருக்கும். அதே நேரத்தில் சில திட்டங்களில் இயற்கையாகவே செலவினத்தைக் குறைவாக வைத்திருப்பார்கள். உங்களுடைய வருமானம் ஆண்டுக்குச் சராசரியாக 12 சதவிகிதம், செலவு 2% என்றால் கிடைக்கும் வருமானம் 10 சதவீதமாகக் குறைந்துவிடும். அந்த வகையில் செலவு விகிதத்தையும் கவனிப்பது அவசியம். அதே நேரத்தில் அபரிமிதமாக வருமானம் தரும் மியூச்சுவல் ஃபண்ட் திட்டங்களில் செலவு விகிதம் அதிகமாக இருந்தாலும் பெரிதாகக் கவலைப்படத் தேவையில்லை.

மியூச்சுவல் ஃபண்ட் முதலீட்டை வெளியே எடுக்கும்போது வெளியேறு கட்டணம் ஏதும் இருக்கிறதா என்பதைக் கவனிக்க வேண்டும். ஆறு மாதம் அல்லது ஓராண்டுக்குள் மியூச்சுவல் ஃபண்ட் முதலீட்டை வெளியே எடுக்கும்பட்சத்தில் 0.5% முதல் ஒரு சதவிகிதம் வரை வெளியேறும் கட்டணம் செலுத்த வேண்டி வரும். இந்தக் கட்டணத்தையும் கருத்தில் கொண்டு செயல்படுவது லாபகரமாக இருக்கும்.

இந்த மூன்று அம்சங்களைக் கருத்தில் கொண்டு முதலீடு செய்யும் லாபகரமாக இருக்க அதிக வாய்ப்புள்ளது

$ $ $ $ $

நிறைவுரை

செல்வத்தை உருவாக்கும் ரகசியத்தைச் சொல்லித்தந்திருக்கிறேன்..!

பணத்தை நிர்வகிப்பதற்கான அடிப்படைகளாக அறிவு, நடத்தை மற்றும் செயல் (Knowledge, Behaviour and Action) ஆகியவை உள்ளன. இந்த நூலில் வெற்றிகரமான முதலீட்டு உத்திகள் மற்றும் பணம் குறித்த மனப்போக்கு பற்றி விரிவாகக் கொடுத்திருக்கிறேன்.

செல்வம் சேர்ப்பதற்கான மூன்று அடிப்படை விஷயங்களில் மிகவும் கடினமானது செயலில் இறங்குவதுதான். செல்வத்தை உருவாக்குவதற்கான அறிவு, தெளிவான உத்திகள் மற்றும் தொலைநோக்குப் பார்வை கொண்ட பல முதலீட்டாளர்களை நான் சந்தித்திருக்கிறேன். ஆனால் அவர்கள் செயலில் இறங்குபவர்கள் அல்ல.

செயலில் இறங்கவில்லை என்றால் உங்களிடம் இருக்கும் அனைத்து அறிவும் பயனற்றது ஆகும். ஒருவரிடம்

செல்வம் சேரவில்லை என்றால் அதற்கு முக்கிய காரணம் அவர் செயலில் இறங்காததுதான்.

செல்வத்தை உருவாக்குவது என்பது நீண்ட கால செயல்முறையாகும். தொகை சிறியதாக இருந்தாலும் உடனே முதலீட்டைத் தொடங்குங்கள். முக்கியமாக, எவ்வளவு விரைவாக முடியுமோ அவ்வளவு சீக்கிரமாகத் தொடங்க வேண்டும். அப்போதுதான் செல்வம் விரைந்து சேரும். அதற்கான முதலீட்டுத் தொகையும் குறைவாக இருக்கும்.

முதலீட்டில் கூட்டு வளர்ச்சி (Power of Compound) முக்கியமானதாகும். கூட்டு வட்டியைப் பெற, முதலீடு செய்யப்படும் தொகை மட்டும் இல்லாமல், முதலீட்டுக் காலம் அதிகமாக இருக்க வேண்டும். முன்கூட்டியே முதலீட்டை ஆரம்பிப்பது பங்குச் சந்தையின் ஏற்ற இறக்கங்களைச் சமாளிக்க உதவும்.

கடந்த 2016-ம் ஆண்டு முதல், நான் 300-க்கும் மேற்பட்ட செல்வ ரகசியங்கள் (Wealth Secrets) பற்றிய விழிப்புணர்வு கருத்தரங்குகளை நடத்தியுள்ளேன். மேலும் எனது நிதிச் சேவைப் பயணத்தின் போது 20,000-க்கும் அதிகமானோருக்கு நிதி ஆலோசனை வழங்கியுள்ளேன். பெரும்பாலான மக்கள் தங்கள் வாழ்க்கையில் முடிவை உடனடியாக விரைந்து எடுப்பதில்லை.

நான் நடத்தும் முதலீட்டுக் கருத்தரங்கில் பலர் திரும்பத் திரும்பக் கலந்துகொள்வார்கள். நான் அவர்களை இரண்டு ஆண்டுகளுக்குப் பிறகு சந்தித்தாலும், அவர்கள் தங்கள் முதலீட்டை அப்போதும் தொடங்கியிருக்க மாட்டார்கள். அவர்களின் முதலீட்டு அனுபவத்தைப் பற்றி நான் அவர்களிடம் கேட்கும்போது, அவர்கள் இன்னும்

தொடங்கவில்லை என்று என்பார்கள். இந்தச் செயல் என்னை அதிர்ச்சிக்குள்ளாகும். நான் எப்போதும் அவர்கள் மீது பரிதாபப்பட்டிருக்கிறேன்.

சிலர் சம்பள உயர்வு கிடைத்தவுடன் தங்கள் முதலீட்டைத் தொடங்க இருப்பதாகச் சாக்குப் போக்கு சொல்வார்கள். இவ்வளவுக்கும் அவர்கள் இப்போதே மாதம் லட்சக்கணக்கான ரூபாயைச் சம்பளமாக வாங்கிக் கொண்டிருப்பார்கள்.

இன்றைக்கு, உங்களிடம் ரூ.500 உபரியாக இருந்தாலும், மியூச்சுவல் ஃபண்டுகளில் உங்கள் முதலீட்டைத் தொடங்கலாம். பல ஃபண்டுகளில் குறைந்தபட்ச முதலீட்டுத் தொகை ரூ.100 மட்டுமே. உங்களை நிதிச் சுதந்திரம் அடைய உறுதியளிப்பது, உங்கள் நிதி அறிவு அல்ல; செயலில் இறங்குவது மட்டுமே என்பதை நினைவில் கொள்ளுங்கள்.

அதிகரித்து வரும் முதலீட்டாளர்களின் தேவைகள் மற்றும் சிக்கலான நிதித் திட்டங்களால் நிதி ஆலோசனை அவசியம் தேவைப்படுகிறது. அதுவும் தேவையின் அடிப்படையிலான முழுமையான ஆலோசனை தேவைப்படுகிறது.

தேவைப்பட்டால் நிதி நிபுணரின் ஆலோசனையைப் பெறுவது அவசியமாகும்.

நாட்டின் பொருளாதார வளர்ச்சி நன்றாக இருப்பதால், பணியாளர்கள் அதிக சம்பளத்தைப் பெறுகிறார்கள். ஆனால் மிகச் சிலரே தங்கள் பணத்தைக் கவனித்துக்கொள்வதற்கு 'நிதி அறிவு' ('Financially Literate') பெற்றுள்ளனர்.

இடர்ப்பாடு (Risk), முதலீட்டுக் காலம், வரி மற்றும் வருமானம் ஆகியவற்றின் அடிப்படையில் நிதித் திட்டங்களுக்கு இடையேயான வித்தியாசத்தைப் பலரால் வேறுபடுத்திப் பார்க்க முடியவில்லை.

இது முதலீட்டுத் திட்டங்கள் மற்றும் முதலீட்டாளரின் தேவைகளைப் பற்றி துல்லியமாக அறிந்திருக்கும் நிதி ஆலோசகரின் தேவையை அவசியமாக்குகிறது.

நிதி ஆலோசகரின் பங்களிப்பு என்பது ஒரு மருத்துவரின் பணியைப் போன்றது. நிதி ஆலோசகர் ஒரு தொழில்முறை ஆலோசகர் (Professional Advisor) ஆவார். அவர் சரியான திட்டமிடல் மற்றும் அவரது நிபுணத்துவத்தின் மூலம் பல்வேறு தனிப்பட்ட நிதிச் சிக்கல்களைச் சமாளிக்க முதலீட்டாளர்களுக்கு உதவுகிறார்.

எப்போதும் நினைவில் கொள்ளுங்கள், ஒரு நிதி நிபுணராக மாறுவதை விட, தொடங்குவதும் செயலில் இறக்குவதும் அதாவது முதலீட்டை ஆரம்பிப்பது மிக முக்கியமாகும். முதலீடு மூலம் செல்வம் சேர்த்து வாழ்வின் எல்லா நலன்களையும் பெற வாழ்த்துகளைத் தெரிவித்துக்கொள்கிறேன்.

$ $ $ $ $

ஆசிரியரை பற்றி

சதீஷ் ஒரு செல்வ ஆலோசகர் | நிதி மேலாளர் | நூலாசிரியர் | கட்டுரையாளர் | பேச்சாளர்

சதீஷின் தனிப்பட்ட இணையதளம் http://sathishspeaks.com/

சதீஷ் கிரியேட்டிங் வெல்த் கம்பெனியின் நிறுவனர். சதீஷ் முதலீட்டாளர்களின் நிகர மதிப்பு மற்றும் செல்வத்தை அதிகரிக்க உதவுகிறார். அவரது நிறுவனத்தில் முதலீட்டு ஆலோசனை | பங்குகள் | பரஸ்பர நிதிகள் | PMS | பட்டியலிடப்படாத பங்குகள் | பத்திரங்கள் ஆலோசனை கிடைக்கும்.

அவர் நாணயம் விகடனில் நடந்துவரும் தனிநபர் நிதித் தொடரான "மிடில் கிளாஸ் டு மில்லியனர்" என்ற தொடரின் ஆசிரியர் ஆவார், மேலும் அவர் தனிப்பட்ட நிதி மற்றும் முதலீட்டு உத்திகள் குறித்து ஏராளமான இடுகைகள் மற்றும் கட்டுரைகளை எழுதியுள்ளார்.

கலைஞர் டிவி, புதுயுகம் டிவி, தினமலர், ஹலோ எஃப்எம் & பிக் எஃப்எம் ஆகியவற்றிலும் அவர் இடம்பெற்றுள்ளார்.

அவரது ஜோஷ் டாக்ஸ் வீடியோ 2.5 லட்சத்திற்கும் அதிகமான பார்வைகளைக் கடந்துள்ளது.

பிஹைண்ட் ஷூட்ஸில் அவரது நேர்காணல் 2 லட்சத்திற்கும் அதிகமான பார்வைகளைக் கடந்துள்ளது.

சதீஷின் "அன்டோல்ட் வெல்த் சீக்ரெட்" (Untold Wealth Secrets) புத்தகம் – தனிப்பட்ட நிதிக்கான ஆரம்ப வழிகாட்டி. பிளிப்கார்ட் மற்றும் அமேசான் இணையதளத்தில் கிடைக்கிறது.

தனிநபர் நிதி மற்றும் முதலீட்டு உத்திகள் பற்றி 300க்கும் மேற்பட்ட வகுப்புகள் நடத்தியுள்ளார்.

அவரது யூடியூப் சேனலில் மியூச்சுவல் ஃபண்ட், ஈக்விட்டி முதலீடு குறித்து 175க்கும் மேற்பட்ட வீடியோக்கள் உள்ளன

சதீஷுடன் தொடர்பு கொள்ள 9841058689 என்ற எண்ணிற்கு டயல் செய்யவும்.

ஒரு தொலைபேசி அழைப்பு உங்கள் நிதியை நிரந்தரமாக மாற்றும்

மகிழ்ச்சியான முதலீட்டிற்கு என்

வாழ்த்துக்கள்

* * *

www.ingramcontent.com/pod-product-compliance
Lightning Source LLC
Chambersburg PA
CBHW020837150726
48196CB00002B/97